ದೇಹ ಭಾಷೆ

ಸಂಜ್ಞೆ, ಭಂಗಿಯನ್ನು
ಓದುವ ಕಲೆ

Body Language

ವಿನಯ್ ಮೋಹನ್ ಶರ್ಮ

ಅನುವಾದ : ಮಾಧವ ಐತಾಳ್

V&S PUBLISHERS

Published by:

V&S PUBLISHERS

F-2/16, Ansari road, Daryaganj, New Delhi-110002
☎ 23240026, 23240027 • *Fax:* 011-23240028
Email: info@vspublishers.com • *Website:* www.vspublishers.com

Regional Office : Hyderabad
5-1-707/1, Brij Bhawan (Beside Central Bank of India Lane)
Bank Street, Koti, Hyderabad - 500 095
☎ 040-24737290
E-mail: vspublishershyd@gmail.com

Branch Office : Mumbai
Jaywant Industrial Estate, 1st Floor–108, Tardeo Road
Opposite Sobo Central Mall, Mumbai – 400 034
☎ 022-23510736
E-mail: vspublishersmum@gmail.com

Follow us on:

ISBN 978-93-505709-5-1

Edition 2018

DISCLAIMER

While every attempt has been made to provide accurate and timely information in this book, neither the author nor the publisher assumes any responsibility for errors, unintended omissions or commissions detected therein. The author and publisher make no representation or warranty with respect to the comprehensiveness or completeness of the contents provided.

All matters included have been simplified under professional guidance for general information only without any warranty for applicability on an individual. Any mention of an organization or a website in the book by way of citation or as a source of additional information doesn't imply the endorsement of the content either by the author or the publisher. It is possible that websites cited may have changed or removed between the time of editing and publishing the book.

Results from using the expert opinion in this book will be totally dependent on individual circumstances and factors beyond the control of the author and the publisher.

It makes sense to elicit advice from well informed sources before implementing the ideas given in the book. The reader assumes full responsibility for the consequences arising out from reading this book.

For proper guidance, it is advisable to read the book under the watchful eyes of parents/guardian. The purchaser of this book assumes all responsibility for the use of given materials and information.

ಮುನ್ನುಡಿ

ನಾವು ಮಾತನ್ನಾಡಿದಾಗ ದೇಹ ಮತ್ತು ಅಂಗಿಕ ಚಲನೆ ನಮ್ಮ ಸಂದೇಶವನ್ನು ಪರಿಣಾಮಕಾರಿಯಾಗಿ ಹಾಗೂ ಸುಲಭವಾಗಿ ವ್ಯಕ್ತಿಗೆ ತಲುಪಿಸುತ್ತದೆ. ಕೆಲವೊಮ್ಮೆ ನಾವು ಒಂದೂ ಮಾತನ್ನಾಡದಿದ್ದರೂ, ಹೇಳಬೇಕಾದ್ದನ್ನು ದೇಹಭಾಷೆ ಮೂಲಕ ಹೇಳಬಹುದು. ದೇಹ, ಮುಖ್ಯವಾಗಿ ಮುಖದ ಭಾವನೆಗಳು ತಮ್ಮದೇ ಭಾಷೆ ಮೂಲಕ ಹೇಳಬೇಕಾದ್ದನ್ನು ರವಾನಿಸುತ್ತವೆ. ಕೆಲವೊಮ್ಮೆ ನಾವು ಹೇಳಬೇಕಾದ್ದನ್ನು ಬಾಯಿ ಮೂಲಕ ಹೇಳುವುದಿಲ್ಲ. ಬಹುತೇಕ ಮಾತಿನ ಸಂದರ್ಭದಲ್ಲಿ ನಾವು ನಟಿಸುತ್ತೇವೆ. ಸಂದರ್ಭಾನುಸಾರ ನಮ್ಮ ಮುಖಭಾವ ಹಾಗೂ ದೇಹಭಾಷೆ ಬದಲಾಗುತ್ತದೆ.

'ಜಗತ್ತೇ ಒಂದು ಸಭಾಂಗಣವಾಗಿದ್ದು, ನಾವೆಲ್ಲರೂ ನಟರು'ಎಂಬ ಮಾತಿದೆ. ಹೀಗಾಗಿ ನಾವು ಬೇರೆ ಬೇರೆ ವ್ಯಕ್ತಿಗಳೊಂದಿಗೆ ಬೇರೆಯದೇ ರೀತಿ ವರ್ತಿಸುತ್ತೇವೆ. ಬಹುಕಾಲ ಕೆಲವೇ ಕೆಲ ವ್ಯಕ್ತಿಗಳೊಂದಿಗೆ ನಿರಂತರ ಸಂಪರ್ಕದಲ್ಲಿರುವವರು ಕೆಲ ನಿರ್ದಿಷ್ಟ ವರ್ತನೆಗಳನ್ನು ಬೆಳೆಸಿಕೊಳ್ಳುತ್ತಾರೆ. ಇಂಥ ಸಂದರ್ಭದಲ್ಲಿ ಸಹಚರರು ನಮ್ಮ ದೇಹಭಾಷೆ ಮೂಲಕ ಮನಸ್ಸನ್ನು ಗ್ರಹಿಸಿಬಿಡುತ್ತಾರೆ. ನಿಜಾರ್ಥದಲ್ಲಿ, ದೇಹಭಾಷೆ ಜಗತ್ತಿನೆಲ್ಲೆಡೆ ಒಂದೇ ರೀತಿ ಇರುತ್ತದೆ. ಈ ಭಾಷೆ ಬಳಸಿ ಎಲ್ಲರೂ ಸುಲಭವಾಗಿ ಸಂವಹನ ಮಾಡಬಹುದು. ಆದರೆ, ದೇಹಭಾಷೆಯನ್ನು ಸೂಕ್ತವಾಗಿ ವಿಶ್ಲೇಷಣೆ ಮಾಡಬೇಕು, ಇಲ್ಲವಾದರೆ ಸಮಸ್ಯೆ ಸೃಷ್ಟಿಯಾಗಿ ಬಿಡುತ್ತದೆ.

ದುಃಖ, ಸಂತೋಷ, ಉದ್ವೇಗ, ಸಿಟ್ಟು, ದ್ವೇಷ, ಪ್ರೀತಿ, ವಾತ್ಸಲ್ಯ...ಮತ್ತಿತರ ಭಾವನೆಗಳಿಗೆ ನಮ್ಮ ದೇಹ ತನ್ನದೇ ಭಾಷೆಯಲ್ಲಿ ಪ್ರತಿಕ್ರಿಯಿಸುತ್ತದೆ. ವ್ಯಕ್ತಿಯೊಬ್ಬ ಸಂತಸ ಇಲ್ಲವೇ ಉದ್ವೇಗಗೊಂಡಿರುವಾಗ, ಆತನ ಕಣ್ಣಿನ ಪಾಪೆ ಹಿಗ್ಗುತ್ತದೆ,

ಕೆನ್ನೆಗಳಲ್ಲಿ ರಂಗು ತುಂಬಿಕೊಳ್ಳುತ್ತದೆ. ವೇಗದ ರಕ್ತ ಚಲನೆ ಇದಕ್ಕೆ ಕಾರಣ. ದೇಹದ ಇತರ ಭಾಗಗಳು, ಕಾಲು, ತೋಳುಗಳ ಚಲನೆ ಲಯಬದ್ಧವಾಗುತ್ತದೆ. ಆದರೆ, ಅದೇ ವ್ಯಕ್ತಿ ಸಿಟ್ಟಿಗೆದ್ದರೆ, ಕಣ್ಣು ಕೆಂಪಾಗುತ್ತದೆ, ಮುಖ ಸೆಟೆದುಕೊಳ್ಳುತ್ತದೆ, ಹುಬ್ಬುಗಳು ಗಂಟುಹಾಕಿಕೊಳ್ಳುತ್ತವೆ.

ಇಬ್ಬರ ನಡುವಿನ ಸಂಭಾಷಣೆಯಲ್ಲಿ ಒಬ್ಬ ಮಾತನಾಡುತ್ತ, ಇನ್ನೊಬ್ಬ ಆಲಿಸುತ್ತ ಇರುವುದನ್ನು ನೀವು ನೋಡಿರಬಹುದು. ಇಂಥ ಸಂದರ್ಭದಲ್ಲಿ ಮಾತನ್ನಾಡುತ್ತಿರುವಾತ ಇನ್ನೊಬ್ಬನಿಗೆ ಸೂಚನೆ ನೀಡುತ್ತಿರುತ್ತಾನೆ ಇಲ್ಲವೇ ಉಪದೇಶ ಮಾಡುತ್ತಿರುತ್ತಾನೆ. ಕೇಳುಗನ ಮುಖಭಾವವನ್ನು ನೋಡಿ, ಆತ ಮಾತು ಕೇಳು ತ್ತಿದ್ದಾನೋ, ಆಸಕ್ತಿ ಕಳೆದುಕೊಂಡಿದ್ದಾನೋ ಇಲ್ಲವೇ ಗಾಬರಿಗೊಂಡಿದ್ದಾನೋ ಎಂಬುದನ್ನು ಗ್ರಹಿಸಬಹುದು. ನಿಜವಾದ ಸಂಭಾಷಣೆಯಲ್ಲಿ ಪಾಲ್ಗೊಂಡ ಎಲ್ಲರೂ ಮಾತನ್ನಾಡಬೇಕು ಹಾಗೂ ಇನ್ನೊಬ್ಬರ ಮಾತು ಕೇಳಬೇಕು. ಒಂದೊಮ್ಮೆ ಕೇಳುಗ ಆಸಕ್ತಿ ಕಳೆದುಕೊಂಡಿದ್ದಲ್ಲಿ, ವಿಷಯ ಬದಲಿಸಬೇಕು. ಇಲ್ಲವೇ ಆಸಕ್ತಿ ಹುಟ್ಟುವಂತೆ ಮಾತನ್ನಾಡಬೇಕು. ಇಲ್ಲವಾದರೆ, ಇಂಥ ಮಾತು ವ್ಯರ್ಥ. ನಿಮ್ಮ ಅಭಿಪ್ರಾಯಗಳನ್ನು ಬೇರೆಯವರ ಮೇಲೆ ಹೇರುವುದು ಸರಿಯಾದ ವರ್ತನೆಯಲ್ಲ, ಇದನ್ನು ನೀವು ಅರ್ಥ ಮಾಡಿಕೊಳ್ಳದಿದ್ದಲ್ಲಿ ವೃಥಾ ಶಕ್ತಿ ವ್ಯಯ ಮಾಡುತ್ತಿದ್ದೀರಿ ಎನ್ನಬೇಕಾಗುತ್ತದೆ.

ಮನುಷ್ಯ ಸಂಘಜೀವಿ ಹಾಗೂ ನಿತ್ಯದ ಬದುಕಿನಲ್ಲಿ ನಾವೆಲ್ಲ ಇನ್ನೊಬ್ಬರೊಡನೆ ಬೆರೆಯಬೇಕಾಗುತ್ತದೆ. ವೈದ್ಯರು, ವಕೀಲರು, ಶಿಕ್ಷಕರು, ಪೋಷಕರು, ಸಹೋ ದ್ಯೋಗಿಗಳು ಸೇರಿದಂತೆ ಅನ್ಯರ ಜತೆ ಸಂಪರ್ಕ–ಸಂಬಂಧ ಸಾಧ್ಯವಾಗಬೇಕಾದರೆ, ನಾವು ಅವರೆಲ್ಲ ಮಾತನಾಡುವ ಶೈಲಿ, ದೇಹಭಾಷೆಯನ್ನು ಅರ್ಥ ಮಾಡಿಕೊಳ್ಳ ಬೇಕಾಗುತ್ತದೆ. ಪ್ರತಿದಿನ ತಮ್ಮ ಗ್ರಾಹಕರೊಂದಿಗೆ ಸಂಪರ್ಕ ಹೊಂದಿರಬೇಕಾದ ವೃತ್ತಿಯಲ್ಲಿರುವವರಿಗೆ ಇಂಥ ಜ್ಞಾನ ಉಪಯುಕ್ತವಾಗಿರಲಿದೆ. ಕೆಲವೊಮ್ಮೆ ಹಸ್ತಲಾಘವವೊಂದರಿಂದಲೇ ಇನ್ನೊಬ್ಬ ವ್ಯಕ್ತಿಯ ಉದ್ದೇಶ–ಸ್ವಭಾವವನ್ನು ಅರಿಯು ವುದು ಸಾಧ್ಯವಿದೆ.

ದೇಹಭಾಷೆ ಕರಗತ ಮಾಡಿಕೊಳ್ಳುವ ಮೂಲಕ ಮತ್ತೊಬ್ಬನನ್ನು ಮೋಸ ಗೊಳಿಸಲು ಯತ್ನಿಸಬಹುದು. ಆದರೆ, ಕೆಲ ಸ್ವಾಭಾವಿಕ ವರ್ತನೆ–ದೇಹಭಾಷೆ ಆತನ ಮೂಲಸ್ವಭಾವವನ್ನು ಬಹಿರಂಗಗೊಳಿಸಿಬಿಡುತ್ತದೆ. ವ್ಯಕ್ತಿಯೊಬ್ಬನ ದೇಹಭಾಷೆ ಸನ್ನಿವೇಶಕ್ಕೆ ಅನುಗುಣವಾಗಿ ಬದಲಾಗುತ್ತದೆ.

ಈ ಪುಸ್ತಕ ಕ್ಷೇತ್ರದ ಹಲವು ತಜ್ಞರ ಬರವಣಿಗೆಯನ್ನು ಪ್ರಾಯೋಗಿಕವಾಗಿ ಬಳಸಿ, ಕಂಡುಕೊಂಡ ಅನುಭವದ ಫಲ. ಈ ವಿಷಯ ಕುರಿತ ಹಲವು ಪುಸ್ತಕಗಳು

ಲಭ್ಯವಿದ್ದರೂ, ಅವು ಇಂಗ್ಲಿಷ್‌ನಲ್ಲಿವೆ. ದೇಹಭಾಷೆ ಬಗ್ಗೆ ಪುರಾತನ ಗ್ರಂಥಗಳಲ್ಲೂ ವಿವರ–ಉಲ್ಲೇಖವಿದೆ. ಭಾರತೀಯ ಸನ್ನಿವೇಶದಲ್ಲಿ ದೇಹಭಾಷೆ–ಅಂಗಿಕ ಚಲನೆಯ ವಿವರಣೆ, ಅರ್ಥೈಸಿಕೊಳ್ಳುವಿಕೆಯನ್ನು ತಿಳಿಸಿಕೊಡುವುದು ಈ ಹೊತ್ತಗೆಯ ಉದ್ದೇಶ. ಜಗತ್ತಿನೆಲ್ಲೆಡೆ ಏಕತ್ರವಾಗಿ ಬಳಕೆಯಾಗುವ ಕೆಲ ಸಾಮಾನ್ಯ ಆಂಗಿಕ ಚಲನೆಗಳೂ ಇವೆ.

ಈ ಹೊತ್ತಗೆ ಓದುಗರಿಗೆ ಉಪಯುಕ್ತವಾಗಲಿದೆ ಎಂಬ ನಂಬಿಕೆ ನಮ್ಮದು. ಪುಸ್ತಕ ಕುರಿತ ಯಾವುದೇ ಸಲಹೆ ಸೂಚನೆ ಸರ್ವದಾ ಸ್ವಾಗತಾರ್ಹ.

ಪರಿವಿಡಿ

1

ದೇಹಭಾಷೆಯ ಅರ್ಥೈಸುವಿಕೆ

ನಾವು ನಮ್ಮ ಸಹೋದ್ಯೋಗಿ ಇಲ್ಲವೇ ಅಪರಿಚಿತ ವ್ಯಕ್ತಿಯೊಂದಿಗೆ ಮಾತನ್ನಾಡಿದಾಗ ಇಲ್ಲವೇ ಭೇಟಿ ಮಾಡಿದಾಗ, ಆತನೊಡನೆ ಹಲವು ಸಂಜ್ಞೆಗಳ ಮೂಲಕ ಸಂವಹನ ನಡೆಸುತ್ತೇವೆ. ಈ ಸಂಜ್ಞೆಗಳು ನಮ್ಮ ಮಾನಸಿಕ ಸ್ಥಿತಿ ಇಲ್ಲವೇ ಹೇಗೆ ಗಮನಿಸುತ್ತಿದ್ದೇವೆ ಎಂಬುದನ್ನು ಪ್ರತಿಫಲಿಸುತ್ತವೆ. ನಾವು ಒಳ್ಳೆಯ ಮನಸ್ಥಿತಿ ಹೊಂದಿಲ್ಲವಾದರೆ, ಕಿರಿಕಿರಿಗೊಳಗಾಗುತ್ತೇವೆ ಹಾಗೂ ರಕ್ಷಣಾತ್ಮಕ ಸಂಜ್ಞೆಗಳನ್ನು ವ್ಯಕ್ತಪಡಿಸುತ್ತೇವೆ. ಸಂತೋಷವಾಗಿದ್ದಾಗ, ಚುರುಕಾಗಿ, ಆರಾಮವಾಗಿರುತ್ತೇವೆ. ವ್ಯಕ್ತಿಯ ಮನಸ್ಥಿತಿ ಆತನ ದೇಹಭಾಷೆ ಹಾಗೂ ಸಂಜ್ಞೆಗಳನ್ನು ನಿಯಂತ್ರಿಸುತ್ತದೆ. ನಮ್ಮನ್ನು ಭೇಟಿ ಮಾಡುವವರು ಕೂಡಾ ನಮ್ಮ ಭಾವನೆಯನ್ನು ಓದಲು ಪ್ರಯತ್ನಿಸುತ್ತಾರೆ. ತಮಗೆ ಅನಿಸಿದ್ದನ್ನು 'ನೀನು ಇವತ್ತು ಚುರುಕಾಗಿ ಇರುವೆ' ಎಂದೋ ಇಲ್ಲವೇ 'ಏನಾದರೂ ಸಮಸ್ಯೆಯೇ? ಏಕೆ ಹೀಗಿರುವೆ?' ಎಂದೆಲ್ಲ ಕೇಳುತ್ತಾರೆ. ಇನ್ನೊಬ್ಬರ ಮನಸ್ಥಿತಿಯನ್ನು ಅರ್ಥೈಸುವ ಈ ಕಲೆ ಅನುಭವದಿಂದ ಬರುವಂಥದ್ದು.

ನಾವು ವ್ಯಕ್ತಿಯೊಬ್ಬನನ್ನು 'ಸೂಕ್ಷ್ಮಜ್ಞ' ಎಂದು ಕರೆದಾಗ, ಇನ್ನೊಬ್ಬನ ಮನಸ್ಥಿತಿಯನ್ನು ಓದಬಲ್ಲ ಆತನ ಸಾಮರ್ಥ್ಯವನ್ನು ಕುರಿತು ಹೇಳಿರುತ್ತೇವೆ. ಈ ವಿಷಯದಲ್ಲಿ ಪುರುಷರಿಗಿಂತ ಮಹಿಳೆಯರು ಮೇಲುಗೈ. ಮಾತೃತ್ವದ ಸೂಕ್ಷ್ಮತೆಯಿಂದಾಗಿ ಅವರು ಮಕ್ಕಳ ಸಂಜ್ಞೆಗಳನ್ನು ಸುಲಭವಾಗಿ ಗ್ರಹಿಸುತ್ತಾರೆ.

ನಾವು ಬೇರೆಯವರ ಜತೆ ಸಂವಹನ ಸಾಧಿಸಲು ಪರಂಪರಾಗತ, ಕಲಿಕೆಯಿಂದ ಬಂದ ಹಾಗೂ ಸಾಂಸ್ಕೃತಿಕ ಸಂಜ್ಞೆಗಳನ್ನು ಬಳಸುತ್ತೇವೆ. ನಗು, ಅಳು, ಕೂಗುವುದು ಹುಟ್ಟಿನಿಂದಲೇ ಬರುವ, ನಮ್ಮ ಮನಸ್ಥಿತಿಗೆ ಅನುಗುಣವಾಗಿ ಬಳಸುವ

ಸಂಜ್ಞೆಗಳು. ಇವು ಎಲ್ಲ ಜನಾಂಗಗಳಲ್ಲೂ ಇರುವಂತವು. ಎದೆ ಮೇಲೆ ಕೈಕಟ್ಟಿಕೊಳ್ಳು ವುದು ಮತ್ತಿತರ ಸಂಜ್ಞೆಗಳು ಕೂಡಾ ಹುಟ್ಟಿನಿಂದಲೇ ಬರುತ್ತವೆ.

ಆದರೆ, ಕೆಲ ಮೂಲ ಸಂಜ್ಞೆಗಳ ಬಗ್ಗೆ ಗೊಂದಲವಿದೆ. ಉದಾಹರಣೆಗೆ, ಬಹುತೇಕ ಪುರುಷರು ಕೋಟ್ ಅನ್ನು ಬಲಗೈಗೆ ಮೊದಲು ಹಾಕಿಕೊಳ್ಳುತ್ತಾರೆ. ಆದರೆ, ಮಹಿಳೆಯರು ಎಡಗೈಗೆ ಹಾಕಿಕೊಳ್ಳುತ್ತಾರೆ. ಅದರಂತೆ, ಪುರುಷನೊಬ್ಬ ಗುಂಪಿನಲ್ಲಿ ಮಹಿಳೆಯನ್ನು ದಾಟಿ ಹೋದಾಗ, ಆಕೆಯ ಕಡೆಗೆ ಆತನ ದೇಹ ತಿರುಗುತ್ತದೆ. ಆದರೆ, ಆಕೆಯ ದೇಹ ಆತನಿಂದ ದೂರ ಸರಿಯುತ್ತದೆ.

ಮೂಲ ಸಂವಹನ ಸಂಜ್ಞೆಗಳು

ಮೂಲಸಂಜ್ಞೆಗಳು ಜಗತ್ತಿನೆಲ್ಲೆಡೆ ಏಕ ಪ್ರಕಾರ ಇರುತ್ತವೆ. ಸಂತೋಷ ವಾಗಿದ್ದಾಗ ನಗುತ್ತೇವೆ. ಸಿಟ್ಟಿಗೆದ್ದಾಗ ಮುಖ ಸಿಂಡರಿಸಿಕೊಳ್ಳುತ್ತೇವೆ. ದುಃಖ ಆದಾಗ ಅಳುತ್ತೇವೆ. ಬೇರೊಬ್ಬನ ಅಭಿಪ್ರಾಯವನ್ನು ಒಪ್ಪದಿದ್ದಾಗ, ತಲೆಯನ್ನು ಅಡ್ಡಡ್ಡ ಅಲುಗಾಡಿಸುತ್ತೇವೆ. ಒಪ್ಪಿಗೆಯಾದಾಗ, ತಲೆ ಆಡಿಸುತ್ತೇವೆ. ಒಂದೊಮ್ಮೆ ಬೇರೊಬ್ಬ ಹೇಳಿದ ಮಾತು ಅರ್ಥವಾಗದಿದ್ದಾಗ, ಭುಜ ಕುಣಿಸುತ್ತೇವೆ. ತೆರೆದ ಅಂಗೈ, ಏರಿಸಿದ ಹುಬ್ಬು ಈ ಸಂಜ್ಞೆಯ ಭಾಗ.

ಭಾಷೆ, ಸ್ಥಳ ಮತ್ತು ಸಂಸ್ಕೃತಿಗೆ ಅನುಗುಣವಾಗುವಂತೆ, ದೇಹಭಾಷೆ ಕೂಡ ಬದಲಾಗುತ್ತದೆ. ಕೆಲ ಸಂಜ್ಞೆಗಳಿಗೆ ಬೇರೆಬೇರೆ ದೇಶಗಳಲ್ಲಿ ಬೇರೆ ಅರ್ಥಗಳಿವೆ. ಅವು

‘ಓಕೆ’ ಸನ್ನೆ

19ನೇ ಶತಮಾನದ ಮೊದಲ ಭಾಗದಲ್ಲಿ ಅಮೆರಿಕದಲ್ಲಿ ‘ಓಕೆ’ ಸನ್ನೆ ಜನಪ್ರಿಯವಾಯಿತು. ಈ ಸಂಜ್ಞೆಗೆ ಬೇರೆಬೇರೆ ಅರ್ಥಗಳಿವೆ. ಇಂಗ್ಲಿಷ್ ಮಾತನ್ನಾಡುವ ದೇಶಗಳಲ್ಲಿ ಇದರರ್ಥ ‘ಎಲ್ಲವೂ ಸರಿ ಇದೆ’ ಎಂದು. ಆದರೆ, ಫ್ರಾನ್ಸ್‌ನಲ್ಲಿ ‘ಸೊನ್ನೆ’, ‘ಏನೂ ಇಲ್ಲ’ ಎಂದು, ಜಪಾನ್‌ನಲ್ಲಿ ‘ಹಣ’ ಎಂಬ ಅರ್ಥವಿದೆ. ಕೆಲದೇಶಗಳಲ್ಲಿ ಈ ಸಂಜ್ಞೆಯ ಅರ್ಥ, ಆ ವ್ಯಕ್ತಿ ‘ಸಲಿಂಗಕಾಮಿ’ (ಚಿತ್ರ 1).

‘ವಿ’ ಚಿಹ್ನೆ

ಪಾಶ್ಚಿಮಾತ್ಯ ದೇಶಗಳಲ್ಲಿ ಜನಪ್ರಿಯ ಚಿಹ್ನೆ ಇದು. ವಿಜಯದ (ವಿಕ್ಟರಿ) ಸೂಚನೆ. 2ನೇ ವಿಶ್ವ ಯುದ್ಧದ ಸಮಯದಲ್ಲಿ ವಿನ್‌ಸ್ಟನ್ ಚರ್ಚಿಲ್ ಇದನ್ನು ಜನಪ್ರಿಯಗೊಳಿಸಿದರು. ಭಾರತದ ರಾಜಕಾರಣಿಗಳು ಚುನಾವಣೆ ರ‍್ಯಾಲಿಗಳಲ್ಲಿ ‘ವಿ’ ಚಿಹ್ನೆಯನ್ನು ಪ್ರದರ್ಶಿಸುತ್ತಾರೆ (ಚಿತ್ರ 2).

ಚಿತ್ರ 1 – ಎಲ್ಲವೂ ಸರಿಯಿದೆ.

ಹೆಬ್ಬೆಟ್ಟು ಮೇಲೆ ಸಂಜ್ಞೆ

ಈ ಸಂಜ್ಞೆ ಬೇರೆಬೇರೆ ಅರ್ಥವುಳ್ಳದ್ದು. ಹೆಬ್ಬೆಟ್ಟನ್ನು ಮೇಲ್ಮುಖವಾಗಿ ತಕ್ಷಣ ಎತ್ತಿ ತೋರಿಸಿದರೆ, ಅದು ಅಪಮಾನಗೊಳಿಸುವ ಸಂಜ್ಞೆ. ಭಾರತದಲ್ಲಿ ಈ ಸಂಜ್ಞೆಗೆ

ಚಿತ್ರ 2 – ವಿಜಯ ನಮ್ಮದು.

ನಾನಾ ಅರ್ಥಗಳಿವೆ. ಸ್ನೇಹಿತರಿಬ್ಬರು ಹೆಬ್ಬೆರಳು ಮೇಲೆತ್ತಿ ತೋರಿಸಿದರೆ, 'ಎಲ್ಲವೂ ಸರಿಯಿದೆ' ಎಂದರ್ಥ. ಸ್ಪರ್ಧಾಳುಗಳಲ್ಲಿ ಗೆದ್ದವ ಈ ಚಿಸಂಜ್ಞೆಯನ್ನು ತೋರಿಸುತ್ತಾನೆ. ಮಕ್ಕಳು ವಾಹನದಲ್ಲಿ 'ಲಿಫ್ಟ್' ಕೇಳಲು ಈ ಸಂಜ್ಞೆ ಬಳಸುವುದಿದೆ.

ಸಂಜ್ಞೆಗಳು ಬೇರೆಬೇರೆ ಅರ್ಥ ಕೊಡುವುದರಿಂದ, ಇವನ್ನು ಬೇರೆಡೆ ಬಳಸುವಾಗ ಎಚ್ಚರ ಅಗತ್ಯ. ಸಂಜ್ಞೆಯೊಂದನ್ನು ಅರ್ಥೈಸುವಾಗ, ವ್ಯಕ್ತಿಯ ಮುಖಭಾವ, ಯಾವ ಸಂದರ್ಭದಲ್ಲಿ ಸಂಜ್ಞೆಯನ್ನು ಬಳಸಲಾಯಿತು ಎಂಬುದನ್ನೂ ಪರಿಗಣಿಸಿದರೆ ಒಳಿತು.

ಅಧಿಕಾರ/ಪ್ರತಿಷ್ಠೆಯ ಸಂಜ್ಞೆಗಳು

'ವ್ಯಕ್ತಿಯೊಬ್ಬ ಬಳಸುವ ಸಂಜ್ಞೆಗಳ ಪ್ರಮಾಣ ಆತನ ಅಂತಸ್ತು ಇಲ್ಲವೇ ಸ್ವಪ್ರತಿಷ್ಠೆಯನ್ನು ಸೂಚಿಸುತ್ತದೆ' ಎಂದು ಸಂಶೋಧನೆ ಹೇಳುತ್ತದೆ. ಸಾಮಾನ್ಯವಾಗಿ, ಕಡಿಮೆ ಸಂಜ್ಞೆ ಬಳಸುವ ವ್ಯಕ್ತಿಯ ಸಾಮಾಜಿಕ–ಆರ್ಥಿಕ ಸ್ಥಿತಿ ಉತ್ತಮವಾಗಿರುತ್ತದೆ ಎನ್ನಲಾಗಿದೆ.

ಸಂಜ್ಞೆಯ ವಿಧ ಹಾಗೂ ಪುನರಾವರ್ತನೆ ವ್ಯಕ್ತಿಯ ವಯಸ್ಸನ್ನು ಆಧರಿಸಿರುತ್ತದೆ. ವಯಸ್ಸಾದಂತೆ ಬಳಸುವ ಸಂಜ್ಞೆಗಳು ಪರಿಷ್ಕರಣಗೊಳ್ಳುತ್ತವೆ. ಉದಾಹರಣೆಗೆ,

ಚಿತ್ರ 3 – ನಾನು ಸಿಕ್ಕಿ ಬೀಳುತ್ತೇನಾ ?

ಚಿತ್ರ 4 – ಸಾಧ್ಯವಿದ್ದರೆ ನನ್ನನ್ನು ಹಿಡಿ, ನೋಡೋಣ.

ಮಗು ಸುಳ್ಳು ಹೇಳಿದಾಗ, ತಕ್ಷಣ ಒಂದು ಇಲ್ಲವೇ ಎರಡೂ ಕೈಯಿಂದ ಬಾಯಿ ಮುಚ್ಚಿಕೊಳ್ಳುತ್ತದೆ (ಚಿತ್ರ 3). ಆದರೆ, ಯುವಕನೊಬ್ಬ ಸುಳ್ಳು ಹೇಳಿದ ಬಳಿಕ ಬಾಯಿಯನ್ನು ಬೆರಳಿನಿಂದ ಮೆದುವಾಗಿ ಉಜ್ಜಿಕೊಳ್ಳುತ್ತಾನೆ (ಚಿತ್ರ 4). ಈ ಸಂಜ್ಞೆ

ಚಿತ್ರ 5 – ಕಸುಬುದಾರ ಸುಳ್ಳ

ವಯಸ್ಸು ಮಾಗಿದಂತೆ, ಇನ್ನಷ್ಟು ಪರಿಷ್ಕಾರಗೊಳ್ಳುತ್ತದೆ. ಸುಳ್ಳು ಹೇಳಿದ ವಯಸ್ಕನೊಬ್ಬ ಮೂಗು ಮುಟ್ಟಿಕೊಳ್ಳುತ್ತಾನೆ. ಇದು ಬಾಯಿಯನ್ನು ಕೈಯಿಂದ ಮುಚ್ಚಿಕೊಳ್ಳುವ ಮಗುವಿನ ಸಂಜ್ಞೆಯ ಪರಿಷ್ಕೃತ ಆವೃತ್ತಿ (ಚಿತ್ರ 5).

ಹಿರಿಯ ನಾಗರಿಕನೊಬ್ಬ ಸುಳ್ಳು ಹೇಳಿದರೆ, ಅದನ್ನು ಪತ್ತೆ ಹಚ್ಚುವುದು ಕಠಿಣ. ಹೆಚ್ಚು ಓದಿರುವವರ ಹಾಗೂ ಕೌಶಲವಿರುವವರು ಸಂಜ್ಞೆಗಳನ್ನು ವಿರಳವಾಗಿ ಬಳಸುತ್ತಾರೆ. ಬದಲಿಗೆ, ಅವರು ಮಾತನ್ನಾಡುತ್ತಾರೆ. ಆದರೆ, ಇದು ಸಂಪೂರ್ಣ ಸರಿ ಎಂದು ಹೇಳಲು ಸಾಧ್ಯವಿಲ್ಲ. ಏಕೆಂದರೆ, ಸಂಜ್ಞೆಗಳನ್ನು ನಿಯಂತ್ರಿಸುವುದು ನಮ್ಮ ಮೆದುಳು. ಹೀಗಾಗಿ, ವ್ಯಕ್ತಿಯೊಬ್ಬ ದೀರ್ಘಕಾಲ ಸಂಜ್ಞೆಗಳನ್ನು ನಕಲು ಮಾಡುವುದು ಸಾಧ್ಯವಿಲ್ಲ. ಆದರೆ, ಕೆಟ್ಟ ಸಂಜ್ಞೆಗಳನ್ನು ದೂರಮಾಡಿ, ಒಳ್ಳೆಯವನ್ನು ಕಲಿಯುವುದು ಒಳಿತು. ಕೆಟ್ಟ ಸಂಜ್ಞೆಗಳು ನಮ್ಮ ಬಗ್ಗೆ ಕೆಟ್ಟ ಅಭಿಪ್ರಾಯ ಮೂಡಿಸುತ್ತವೆ. ಅವನ್ನು ತ್ಯಜಿಸುವುದು ಲೇಸು.

❑

2

ಸಂಜ್ಞೆಗಳು ಮತ್ತು ಅದರ ಅರ್ಥ

ನಿತ್ಯಜೀವನದಲ್ಲಿ ನಾವು ನಾನಾ ಆಸಕ್ತಿ, ಹಿನ್ನೆಲೆ, ಅಭಿವ್ಯಕ್ತಿ, ಇಷ್ಟ–ಅನಿಷ್ಟವನ್ನುಳ್ಳ ವ್ಯಕ್ತಿಗಳನ್ನು ಭೇಟಿಯಾಗುತ್ತೇವೆ. ವೃತ್ತಿಪರರ ಜತೆ ಸಂಭಾಷಿಸುವಾಗ, ಅವರ ಸಂಜ್ಞೆ–ದೇಹಭಾಷೆಯನ್ನು ನಾವು ಗಮನಿಸುವುದಿಲ್ಲ. ಅವರ ಮಾತನ್ನು ಕೇಳುತ್ತೇವೆ, ನಾವೂ ಮಾತನ್ನಾಡುತ್ತೇವೆ. ಆದರೆ, ಸೆಮಿನಾರ್ ಒಂದರಲ್ಲಿ ಪಾಲ್ಗೊಂಡಾಗ, ಅಲ್ಲಿರುವ ಎಲ್ಲರನ್ನೂ ಮಾತನಾಡಿಸಲು ಸಾಧ್ಯವಾಗುವುದಿಲ್ಲ. ಬದಲಿಗೆ, ನೆರೆದವರನ್ನು ನೋಡುತ್ತೇವೆ. ಅವರು ಏನು ಮಾಡುತ್ತಿದ್ದಾರೆ ಎಂಬುದನ್ನು ಗಮನಿಸುತ್ತೇವೆ. ನಾನಾ ಜನರೊಟ್ಟಿಗೆ ನಮ್ಮ ಸಂಬಂಧ ಬೇರೆಬೇರೆ ರೀತಿ ಇರುತ್ತದೆ. ಸಂಬಂಧಕ್ಕೆ ಅನುಗುಣವಾಗಿ ನಾವು ಮಾತನ್ನಾಡುತ್ತೇವೆ. ಮಾತಿನ ವೇಳೆ, ನಮ್ಮ ದೇಹದ ಅಂಗಗಳೂ ತಮ್ಮದೇ ಆದ ರೀತಿಯಲ್ಲಿ ಪ್ರತಿಕ್ರಿಯಿಸುತ್ತವೆ.

ಮಾತನ್ನಾಡದ ವ್ಯಕ್ತಿ ಕೂಡಾ ದೇಹ, ಕಣ್ಣು, ಮುಖ, ಕೈ–ಕಾಲುಗಳ ಮೂಲಕ ಸಂಭಾಷಣೆ ನಡೆಸುತ್ತಿರುತ್ತಾನೆ. ಇದು ಶಾಬ್ದಿಕವಲ್ಲದ (ನಾನ್‌ವರ್ಬಲ್) ಸಂವಹನ. ಸಂವಹಿಸಲು ಪದ ಬಳಸದಿದ್ದರೂ, ಆಲೋಚನೆ–ಭಾವನೆ ಅಭಿವ್ಯಕ್ತಿಸಲು ಸಾಧ್ಯವಿದೆ. ವ್ಯಕ್ತಿಯೊಬ್ಬನ ಮಾತಿನಲ್ಲಿ ಏನು ನಂಬಬೇಕು, ಯಾವುದನ್ನು ನಂಬಬಾರದು ಎಂಬುದನ್ನು ಆತನ ಪ್ರತಿಕ್ರಿಯೆ–ಸಂವಹನ ರೀತಿಯನ್ನು ಆಧರಿಸಿ ನಿರ್ಧರಿಸಬಹುದು. ವ್ಯಕ್ತಿಯ ನಿಜವಾದ ಉದ್ದೇಶವನ್ನು ಅರಿಯಲು, ಆತನ ಮಾತು ಹಾಗೂ ಸಂಜ್ಞೆಯನ್ನು ಗಮನಿಸಬೇಕಾಗುತ್ತದೆ. ದೇಹಭಾಷೆ ಆತ ಸುಳ್ಳು ಹೇಳುತ್ತಿದ್ದಾನಾ, ಮೋಸ ಮಾಡಲು ಯತ್ನಿಸುತ್ತಿದ್ದಾನಾ ಎಂಬುದನ್ನು ಬಹಿರಂಗಗೊಳಿಸುತ್ತದೆ. ಎದೆ ಮೇಲೆ ಎರಡೂ ಕೈಯನ್ನು ಕಟ್ಟಿ ನಿಂತ ಭಂಗಿ ರಕ್ಷಣಾತ್ಮಕ ನಿಲುವು. ಆದರೆ, ಕೆಲ ಸಂಜ್ಞೆಗಳನ್ನು ನಿಖರವಾಗಿ ವ್ಯಾಖ್ಯಾನಿಸಲು ಸಾಧ್ಯವಿಲ್ಲ. ಅಂತಹ ಪರಿಸ್ಥಿತಿಯಲ್ಲಿ ಆತನ ಹಲವು ಸಂಜ್ಞೆಗಳನ್ನು ಪರಿಗಣಿಸಿ, ಪರಿಶೀಲಿಸಬೇಕಾಗುತ್ತದೆ.

ವ್ಯಕ್ತಿಯೊಬ್ಬನ ಬಗ್ಗೆ ನಿರ್ದಿಷ್ಟ ಅಭಿಪ್ರಾಯ ತಳೆಯುವ ಮುನ್ನ ಆತನ ಎಲ್ಲ ಸಂಜ್ಞೆಗಳನ್ನು ಪರಿಶೀಲಿಸಬೇಕು.

❑

3

ಅಂಗೈ ಸಂಜ್ಞೆ

ಮುಕ್ತ (ತೆರೆದ) ಅಂಗೈ ಸಂಜ್ಞೆ

ಈ ಸಂಜ್ಞೆ ಪ್ರಾಮಾಣಿಕತೆ, ಸತ್ಯ, ವಿಧೇಯತೆ, ನಮ್ರತೆಯ ಸೂಚಕ. ಎದೆಯ ಮೇಲೆ ಕೈಯಿಟ್ಟು ಪ್ರಮಾಣ ಮಾಡುವುದಿದೆ. ನ್ಯಾಯಾಲಯಗಳಲ್ಲಿ ಭಗವದ್ಗೀತೆ ಮತ್ತಿತರ ಧಾರ್ಮಿಕ ಗ್ರಂಥಗಳ ಮೇಲೆ ಕೈಇರಿಸಿ, ಪ್ರಮಾಣ ಮಾಡಿಸುತ್ತಾರೆ.

ಅಂಗೈ ಸಂಜ್ಞೆಯಲ್ಲಿ ಎರಡು ವಿಧ. ಮೊದಲನೆಯದರಲ್ಲಿ ತೆರೆದ ಹಸ್ತವನ್ನು ಆಕಾಶದೆಡೆಗೆ ತೋರಲಾಗುತ್ತದೆ. ಇನ್ನೊಂದು, ಅಂಗೈ ತಳಮುಖ ಮಾಡುವುದು. 'ತಡೆ' 'ಸಮಾಧಾನಿಸು' ಎಂಬರ್ಥದಲ್ಲಿ.

ವ್ಯಕ್ತಿ ತನ್ನೆರಡೂ ಅಂಗೈಗಳನ್ನು ಎದುರಿನ ವ್ಯಕ್ತಿಯೆಡೆಗೆ ಚಾಚಿದರೆ, ಆತ ಮುಕ್ತ–ಪ್ರಾಮಾಣಿಕವಾಗಿರಲು ಬಯಸಿದ್ದಾನೆ ಎಂದು ಭಾವಿಸಬಹುದು. ಅಂಗೈಯನ್ನು ನಿಧಾನವಾಗಿ ತೆರೆದರೆ, ಅದು ಮುಕ್ತತೆಯ ಸಂಕೇತ. ಈ ಅಪ್ರಜ್ಞಾಪೂರ್ವಕ ನಡವಳಿಕೆಯಿಂದ ಎದುರಿನ ವ್ಯಕ್ತಿಗೆ ನಂಬಿಕೆ ಮೂಡುತ್ತದೆ. ಬೆನ್ನ ಹಿಂದೆ ಕೈಕಟ್ಟಿಕೊಂಡು ಇಲ್ಲವೇ ಜೇಬಿನಲ್ಲಿ ಕೈ ಇರಿಸಿಕೊಂಡು ಅಥವಾ ಎದೆ ಮೇಲೆ ಕೈಕಟ್ಟಿಕೊಂಡ ವ್ಯಕ್ತಿ, ನಕಾರಾತ್ಮಕ ಸಂದೇಶ ರವಾನಿಸುತ್ತಾನೆ. ಆತ ಸತ್ಯವನ್ನು ಮರೆಮಾಚುತ್ತಿದ್ದಾನೆ ಎಂಬ ಭಾವನೆ ಬರುತ್ತದೆ.

ಮಾರಾಟ ಇಲ್ಲವೇ ಅಂಥದ್ದೇ ಕ್ಷೇತ್ರದಲ್ಲಿರುವವರು ಗ್ರಾಹಕರನ್ನು ಮರುಳು ಮಾಡಲು ತೆರೆದ ಅಂಗೈ ಸಂಜ್ಞೆ ಪ್ರದರ್ಶಿಸುವುದಿದೆ. ಇಂಥ ವ್ಯಕ್ತಿ ಒಂದೊಮ್ಮೆ ಸುಳ್ಳು ಹೇಳಿದರೆ, ಆತನ ದೇಹದ ಇತರ ಭಾಗಗಳು ಬೇರೆಯದೇ ಸಂದೇಶ ರವಾನಿಸುವ ಸಾಧ್ಯತೆ ಇದೆ. ಆತ ಸಿಕ್ಕಿ ಬೀಳುತ್ತಾನೆ.

ಅಂಗೈ ನಿರ್ದೇಶಿತ ಸಂಜ್ಞೆಗಳು

ಇದರಲ್ಲಿ ಮೂರು ವಿಧ.

1. ಮೇಲ್ಮುಖ ಅಂಗೈ

2. ಕೆಳಮುಖ ಅಂಗೈ

3. ಬಿಗಿದ ಮುಷ್ಟಿ

ಮೇಲ್ಮುಖ ಅಂಗೈ, ವಿನಮ್ರತೆ ಇಲ್ಲವೇ ಕೋರಿಕೆಯ ಸಂಜ್ಞೆ. ಕೆಳಮುಖ ಅಂಗೈ ಅಧಿಕಾರಯುತ ಕೋರಿಕೆಯ ಸೂಚನೆ. ಯಾರನ್ನು ಕೋರಲಾಗಿದೆಯೋ ಆತ ತನಗೆ ಆದೇಶ ನೀಡಲಾಗುತ್ತಿದೆ ಎಂದು ಭಾವಿಸುತ್ತಾನೆ. ಎದುರಿನಾತ ತನ್ನ ವಿರೋಧಿ ಎಂದು ಭಾವಿಸುವ ಸಾಧ್ಯತೆಯೂ ಇದೆ. ಒಂದೊಮ್ಮೆ ಇಬ್ಬರೂ ಒಂದೇ ಅಂತಸ್ತಿನವರಾದರೆ, ಕೋರಿಕೆಯನ್ನು ತಿರಸ್ಕರಿಸುವ ಸಾಧ್ಯತೆಯೂ ಇದೆ. ಒಂದೊಮ್ಮೆ ವ್ಯಕ್ತಿ ಅಂಗೈ ಮೇಲ್ಮುಖ ಸಂಜ್ಞೆಯನ್ನು ಬಳಸಿದ್ದರೆ, ಕೋರಿಕೆಯನ್ನು ಈಡೇರಿಸುವ ಸಾಧ್ಯತೆ ಹೆಚ್ಚು ಇರುತ್ತದೆ. ಕೆಳ ಮುಖ ಅಂಗೈ ಕೋರಿಕೆಯನ್ನು ಕೆಳಹಂತದ ಸಿಬ್ಬಂದಿ ಪರಿಗಣಿಸುತ್ತಾರೆ. ಒಂದೊಮ್ಮೆ ಅಂಗೈಯನ್ನು ಮುಷ್ಟಿಗಟ್ಟಿ, ತೋರುಬೆರಳನ್ನು ವ್ಯಕ್ತಿಯೆಡೆಗೆ ನಿರ್ದೇಶಿಸಿದರೆ, ಎದುರಿನವನನ್ನು ಹಣಿಯಲು ಯತ್ನಿಸಲಾಗುತ್ತಿದೆ ಎಂದರ್ಥ. ತೋರು ಬೆರಳು ಕಿರಿಕಿರಿ ಉಂಟುಮಾಡುವ ಸಂಜ್ಞೆ. ಈ ಸಂಜ್ಞೆಯನ್ನು ಬಳಸದಿರುವುದು ಸೂಕ್ತ.

ಕೈಕುಲುಕುವಿಕೆ (ಹಸ್ತಲಾಘವ)

ಹಸ್ತಲಾಘವ ಪುರಾತನ ಕಾಲದಿಂದಲೂ ಇದೆ. ಸ್ವಾಗತ ಹಾಗೂ ಬೀಳ್ಕೊಡುಗೆಗೆ ಬಳಕೆಯಾಗುತ್ತದೆ. ಈ ಮೊದಲು 'ನಾವು ಯಾವುದೇ ಆಯುಧ ಹಿಡಿದುಕೊಂಡಿಲ್ಲ' ಎಂದು ಸೂಚಿಸಲು ಎರಡೂ ಕೈಗಳನ್ನು ಮೇಲೆ ಎತ್ತಲಾಗುತ್ತಿತ್ತು. ಅದರ ಆಧುನಿಕ ರೂಪವೇ ಹಸ್ತಲಾಘವ. ರೋಮನ್ನರು ಇದನ್ನು 'ಸ್ವಾಗತ' ಕೋರಲು ಬಳಸಲಾರಂಭಿಸಿದರು. ರೋಮನ್ ಚಕ್ರಾಧಿಪತ್ಯವಿದ್ದ ಕಾಲದಲ್ಲಿ ಮುಂದೋಳನ್ನು ಹಿಡಿದು ಹಾಗೂ ಎದೆಗೆ ಕೈ ತಾಗಿಸಿ ನಮಸ್ಕರಿಸಲಾಗುತ್ತಿತ್ತು. ಹಸ್ತಲಾಘವದಲ್ಲಿ ತೆರೆದ ಅಂಗೈ ಮುಕ್ತತೆ ಹಾಗೂ ಸ್ಪರ್ಶ, ಏಕತೆಯ ಪ್ರತೀಕ.

ಹಸ್ತಲಾಘವ ಸಂಪ್ರದಾಯ ದೇಶದಿಂದ ದೇಶಕ್ಕೆ ಬೇರೆ ರೀತಿ ಇದೆ. ಹಸ್ತ ಲಾಘವದ ರೀತಿಯನ್ನು ಪರಿಗಣಿಸಿ, ವ್ಯಕ್ತಿಯ ಸ್ವಭಾವವನ್ನು ಕಂಡುಹಿಡಿಯಬಹುದು ಎಂದು ಕೆಲವರು ಹೇಳುತ್ತಾರೆ. ಬೆವರಿದ ಅಂಗೈ ಹಿಂಜರಿಕೆಯ ಹಾಗೂ ದುರ್ಬಲ ಹಸ್ತಲಾಘವ ಕೆಡುಕು ಎನ್ನುವವರಿದ್ದಾರೆ. ಹಸ್ತಲಾಘವ ಒಂದರಿಂದಲೇ ವ್ಯಕ್ತಿತ್ವ

ನಿರ್ಣಯ ಸೂಕ್ತವಲ್ಲ. ನಿಮ್ಮ ನಿರ್ಧಾರವನ್ನು ಬಲಗೊಳಿಸುವ ಸಾಕಷ್ಟು ಸಾಕ್ಷ್ಯ ಸಿಗುವವರೆಗೆ ದಿಢೀರನೆ ಯಾವುದೇ ನಿರ್ಧಾರಕ್ಕೆ ಬರುವುದು ವಿವೇಕವಲ್ಲ.

ಮಹಿಳೆಯರು ಇನ್ನೊಬ್ಬ ಮಹಿಳೆಗೆ ಸಹಾನುಭೂತಿ ಸೂಚಿಸಲು ಇಲ್ಲವೇ ತಮ್ಮ ಭಾವನೆಗಳನ್ನು ವ್ಯಕ್ತಪಡಿಸಲು, ಕೈಕುಲುಕುವುದಿಲ್ಲ. ಬದಲಿಗೆ, ತಮ್ಮ ಕೈಯಲ್ಲಿ ಆಕೆಯ ಕೈಗಳನ್ನು ಹಿಡಿದುಕೊಂಡು, ಮುಖದಲ್ಲಿ ತಮ್ಮ ಭಾವನೆ ವ್ಯಕ್ತಪಡಿಸುತ್ತಾರೆ. ಸಿಮಿ ಗರೇವಾಲ್ ತಮ್ಮ ಟಿವಿ ಷೋ 'ರೆಂಡೆವೂ'ದಲ್ಲಿ ಅತಿಥಿಗಳನ್ನು ಹೇಗೆ ಬೀಳ್ಕೊಡುತ್ತಿದ್ದರು ಎಂಬುದನ್ನು ಜ್ಞಾಪಿಸಿಕೊಳ್ಳಿ.

ಪರಿಣತರ ಪ್ರಕಾರ, ಹಸ್ತಲಾಘವ ಮೂರು ಮೂಲಭೂತ ಮನೋವೃತ್ತಿಯನ್ನು ಪ್ರಕಟಗೊಳಿಸುತ್ತದೆ. ಅವು– ಅಧಿಕಾರ ಇಲ್ಲವೇ ಪ್ರಾಬಲ್ಯ, ವಿಧೇಯತೆ ಹಾಗೂ ಸಮಾನತೆ.

ವ್ಯಕ್ತಿಯೊಬ್ಬ ಮತ್ತೊಬ್ಬನ ಕೈಯನ್ನು ಹಿಡಿದುಕೊಂಡು ಆಕಾಶದೆಡೆಗೆ (ಮೇಲ್ಮುಖವಾಗಿ) ತಿರುಗಿಸಿ, ತನ್ನ ಕೈ ನೆಲಮುಖವಾಗಿ ಮಾಡಿದರೆ, ಅದು ಅಧಿಕಾರದ ಲಕ್ಷಣ. ಮುಖಾಮುಖಿಯ ನಿಯಂತ್ರಣ ಗಳಿಸಲು ವ್ಯಕ್ತಿ ಪ್ರಯತ್ನಿಸುತ್ತಿದ್ದಾನೆ ಎನ್ನಬಹುದು (ಚಿತ್ರ 6).

ಅಂಗೈ ಮೇಲ್ಮುಖ ಸಂಜ್ಞೆ ವಿಧೇಯತೆಯ ಪ್ರತೀಕ. ಅಂಥ ವ್ಯಕ್ತಿ ತನ್ನ ನಿಯಂತ್ರಣವನ್ನು ಬೇರೆಯವನಿಗೆ ಒಪ್ಪಿಸುತ್ತಾನೆ (ಚಿತ್ರ 7).

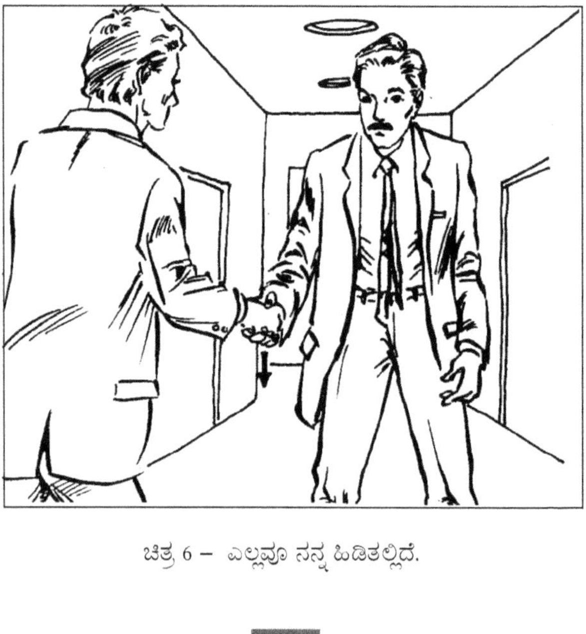

ಚಿತ್ರ 6 – ಎಲ್ಲವೂ ನನ್ನ ಹಿಡಿತಲ್ಲಿದೆ.

ಚಿತ್ರ 7 – ಸೋತೆ, ಬಿಟ್ಟುಬಿಡು.

ತಮ್ಮ ವೃತ್ತಿಗೆ ಕೈಯನ್ನು ಬಹುವಾಗಿ ಆಧರಿಸಿರುವ ವೈದ್ಯರು, ಸಂಗೀತಗಾರರು, ಕಲಾವಿದರು ದುರ್ಬಲ ಹಸ್ತಲಾಘವ ನೀಡುತ್ತಾರೆ. ಕೈ ರಕ್ಷಿಸಿಕೊಳ್ಳುವುದು ಇದರ ಉದ್ದೇಶ. ಇಬ್ಬರು ಪ್ರಬಲ ವ್ಯಕ್ತಿಗಳು ಹಸ್ತಲಾಘವ ಮಾಡಿದಾಗ, ಇಬ್ಬರೂ ಮತ್ತೊಬ್ಬನ ಕೈಯನ್ನು ತಿರುಗಿಸಲು ಯತ್ನಿಸುತ್ತಾರೆ. ಹೀಗಾಗಿ, ಲಂಬ ಹಸ್ತಲಾಘವ ಏರ್ಪಡುತ್ತದೆ. ಇದಕ್ಕೆ 'ಪುರುಷನಂತೆ ಕೈ ಕುಲುಕು' ಎಂಬ ಹೆಸರಿದೆ (ಚಿತ್ರ 8).

ಚಿತ್ರ 8 – 'ಪುರುಷ'ರ ಹಸ್ತಲಾಘವ

ಬುದ್ಧಿವಂತ ವ್ಯಕ್ತಿಯೊಬ್ಬ ತನ್ನ ಕೈಯನ್ನು ಮತ್ತೊಬ್ಬ ತಿರುಗಿಸಲು ಯತ್ನಿಸಿದಾಗ, ಪ್ರತಿಯಾಗಿ ಆತ ಬಲ ಪ್ರಯೋಗ ಮಾಡುವುದಿಲ್ಲ. ಬದಲಿಗೆ, ಎದುರಿನ ವ್ಯಕ್ತಿಯ ವೈಯಕ್ತಿಕ ಸ್ಥಳ(ಪ್ರೈವೇಟ್ ಸ್ಪೇಸ್)ವನ್ನು ಉಲ್ಲಂಘಿಸುತ್ತಾನೆ (ಎಲ್ಲೆ ದಾಟುತ್ತಾನೆ).

ಬಲಶಾಲಿಯ ಹಸ್ತಲಾಘವವನ್ನು ಸ್ವೀಕರಿಸುತ್ತಲೇ, ಎಡಗಾಲು ಮುಂದಿಡುತ್ತಾನೆ. ಬಳಿಕ ಬಲಗಾಲನ್ನು ಸರಿಸಿ, ಎದುರಿನ ವ್ಯಕ್ತಿಯ ವೈಯಕ್ತಿಕ ಸ್ಥಳವನ್ನು ಆಕ್ರಮಿಸುತ್ತಾನೆ. ಆಗ ಹಸ್ತಲಾಘವ 'ಲಂಬ' ಆಗುತ್ತದೆ. ಇದನ್ನು ಆಗುಮಾಡಲು ತಾಳ್ಮೆ ಹಾಗೂ ಅಭ್ಯಾಸ/ತರಬೇತಿ ಬೇಕು. ಕಾರಣ–ಬಹುತೇಕರು ಬಲಗಾಲನ್ನು ಪ್ರಧಾನವಾಗಿ ಬಳಸುವವರು. ಕೆಲಕಾಲ ಅಭ್ಯಾಸದ ಬಳಿಕ ಎಡಗಾಲು ಮುಂದಿಡುವುದು ಸಾಧ್ಯ ಆಗಲಿದೆ. ಆಗ ಬಲಿಷ್ಠ ಹಸ್ತಲಾಘವಕ್ಕೆ ಪ್ರತಿಯಾಗಿ ಪ್ರಬಲ ಪ್ರತಿಕ್ರಿಯೆ ನೀಡಲು ಸಾಧ್ಯವಾಗುತ್ತದೆ.

ಕೆಲವೊಮ್ಮೆ ನಾವೇ ಮುಂದಾಗಿ ಹಸ್ತಲಾಘವ ನೀಡಬೇಕೋ ಅಥವಾ ಬೇರೆಯವರು ಮುಂದಾಗಲೆಂದು ಕಾಯಬೇಕೋ ಎಂಬ ಸಂದಿಗ್ಧ ಎದುರಾಗುವುದಿದೆ. ರಕ್ಷಣಾತ್ಮಕ ಪ್ರವೃತ್ತಿ ಇರುವವರು ತಾವಾಗೇ ಕೈಕುಲುಕಲು ಮುಂದಾಗುವುದಿಲ್ಲ. ಅಂಥ ಸಂದರ್ಭದಲ್ಲಿ ಬೇರೆಯವರ ಪ್ರತಿಕ್ರಿಯೆ ಏನಿದೆ ಎಂಬುದನ್ನು ಗಮನಿಸಬೇಕು. ಹಸ್ತಲಾಘವ ಎಂಬುದು ಸ್ವಾಗತದ ಸೂಚನೆ. ಹೀಗಾಗಿ, ಭೇಟಿ ಆಗಬೇಕಾದ ವ್ಯಕ್ತಿ ನಮ್ಮನ್ನು ನೋಡಲು ಉತ್ಸುಕನಾಗಿರುವನೇ ಎಂಬುದನ್ನು ಪರಿಗಣಿಸಬೇಕಾಗುತ್ತದೆ.

ಕೆಳಮುಖ ಅಂಗೈ ಹಸ್ತಲಾಘವ

ಇದು ಆಕ್ರಮಣಶೀಲ ರೀತಿಯದು. ಇದರಲ್ಲಿ ಕೈ ಹಿಡಿದುಕೊಂಡವನಿಗೆ ಪ್ರತಿಕ್ರಿಯಿಸಲು ಸಮಯವೇ ಸಿಗುವುದಿಲ್ಲ. ಆಕ್ರಮಣಶೀಲ ಪುರುಷರು ಈ ಶೈಲಿಯನ್ನು ಅನುಸರಿಸುತ್ತಾರೆ. ವ್ಯಕ್ತಿಯ ವೈಯಕ್ತಿಕ ಸ್ಥಳವನ್ನು ಅತಿಕ್ರಮಿಸಿ ಇದಕ್ಕೆ ಪ್ರತಿಕ್ರಿಯಿಸಬಹುದು. ಜತೆಗೆ, ಎದುರಿನ ವ್ಯಕ್ತಿಯ ಹಸ್ತದ ಮಣಿಕಟ್ಟನ್ನು ಹಿಡಿದು, ಕುಲುಕಬಹುದು (ಚಿತ್ರ 9). ಇದರಿಂದ ವ್ಯಕ್ತಿಗೆ ಕಿರಿಕಿರಿ ಆಗುವ ಸಾಧ್ಯತೆ ಇದೆ. ಹೀಗಾಗಿ, ಎಚ್ಚರ ವಹಿಸುವುದು ಅಗತ್ಯ.

ಕೈಗವಸು ಹಸ್ತಲಾಘವ

ಇದನ್ನು ರಾಜಕಾರಣಿಗಳ ಹಸ್ತಲಾಘವ ಎನ್ನಲಾಗುತ್ತದೆ. ವ್ಯಕ್ತಿ ತನ್ನ ಎದುರಿನವನ ಕೈಯನ್ನು ತನ್ನ ಬಲಗೈಯಿಂದ ಹಿಡಿದುಕೊಂಡು, ಬಳಿಕ ತನ್ನ ಎಡಗೈಯಿಂದ ಆತನ ಬಲಗೈಯನ್ನು ಆಕ್ರಮಿಸುತ್ತಾನೆ. ಎದುರಿನ ವ್ಯಕ್ತಿಯ ಕೈ, ಎರಡೂ ಕೈಗಳ ನಡುವೆ ಸಿಲುಕುತ್ತದೆ. ತಾನು ಪ್ರಾಮಾಣಿಕ ಹಾಗೂ ನಂಬಿಕಾರ್ಹ ಎಂಬುದನ್ನು ತೋರಿಸಲು ಹೀಗೆ ಮಾಡಲಾಗುತ್ತದೆ. ಆದರೆ, ಅಪರಿಚಿತರು ಇಲ್ಲವೇ

ಚಿತ್ರ 9-ಮುನ್ನುಗ್ಗಿದವನ ಬಗ್ಗಿಸುವ ರೀತಿ.

ಮೊದಲ ಬಾರಿಗೆ ಭೇಟಿ ಆದವರ ಜತೆ ಇಂಥ ಹಸ್ತಲಾಘವ ಕೂಡದು. ಅಪರಿಚಿತ ವ್ಯಕ್ತಿ ಸಂಶಯಕ್ಕೀಡಾಗಬಹುದು. ಇದರಿಂದ ನೈಜ ಉದ್ದೇಶ ಹುಸಿಯಾಗುತ್ತದೆ (ಚಿತ್ರ 10).

ಚಿತ್ರ 10 – ನಾನೇನು ಎಂಬುದು ನಿನಗೆ ಗೊತ್ತಿದೆ.

ತಣ್ಣನೆಯ ಹಸ್ತಲಾಘವ

ಕೈಕುಲುಕಲು ಮುಂದಾದ ವ್ಯಕ್ತಿಯ ಕೈ ತಣ್ಣಗಿದ್ದರೆ ಇಲ್ಲವೇ ಅಂಟು ಅಂಟಾಗಿದ್ದರೆ, ಅದನ್ನು 'ಡೆಡ್‌ಫಿಶ್' ಹಸ್ತಲಾಘವ ಎನ್ನುತ್ತಾರೆ. ಇದು ದುರ್ಬಲ ವ್ಯಕ್ತಿತ್ವದ ಸೂಚಕ. ಕೈ ಚಾಚಿದವನ ಹಿಡಿತ ದುರ್ಬಲವಾಗಿರುವುದರಿಂದ ಸುಲಭವಾಗಿ ಅಂಗೈಯನ್ನು ಮೇಲ್ಮುಖ ಮಾಡಿಬಿಡಬಹುದು (ಚಿತ್ರ 11). ಕೆಲವೊಮ್ಮೆ ವ್ಯಕ್ತಿ ಅರಿವಿಲ್ಲದೆ ಈ ಹಸ್ತಲಾಘವ ಮಾಡುತ್ತಾನೆ.

ಚಿತ್ರ 11– ಸೌಹಾರ್ದವಿಲ್ಲದ ಹಸ್ತಲಾಘವ.

ಗೆಣ್ಣು ಪುಡಿಗಟ್ಟುವ ಹಸ್ತಲಾಘವ

ಇದು ಒರಟು ಮನುಷ್ಯರ ಹಸ್ತಲಾಘವ. ಇದನ್ನು ಸುಲಭವಾಗಿ ಪ್ರತಿರೋಧಿಸಲು ಸಾಧ್ಯವಿಲ್ಲ. ಒಂದೋ ವ್ಯಕ್ತಿಯನ್ನು ಬೈಯ್ಯುವ ಇಲ್ಲವೇ ಆತನ ಮೇಲೆ ಹಲ್ಲೆ ನಡೆಸುವ ಮೂಲಕ ಇದಕ್ಕೆ ಪ್ರತಿರೋಧ ವ್ಯಕ್ತಪಡಿಸಬಹುದು. ಆದರೆ, ಅಪಾಯ ಎದುರಿಸಲು ಸಿದ್ಧ ಇರಬೇಕಾಗುತ್ತದೆ (ಚಿತ್ರ 12).

ಸೆಟೆದ ತೋಳು : ಒರಟರು, ಆಕ್ರಮಣಶೀಲರು ಹಾಗೂ ತಮ್ಮ ವೈಯಕ್ತಿಕ ಸ್ಥಳವನ್ನು ಬೇರೆಯವರು ಅತಿಕ್ರಮಿಸಬಾರದು ಎಂಬ ಮನೋಭಾವ ಇರುವವರು ಕೈಕುಲುಕುವ ವಿಧಾನ ಇದು (ಚಿತ್ರ 13).

ಚಿತ್ರ 12 – ರೋಣಪನ ಕೈ ಹಿಡಿತ

ಬೆರಳ ತುದಿಯ ಹಿಡಿತ : ಕೈಯನ್ನು ಮುಂದೊತ್ತಿದರೂ, ಗುರಿತಪ್ಪಿ ಬೆರಳನ್ನು ಹಿಡಿದಾಗ, ಈ ರೀತಿಯ ಕೈಕುಲುಕುವಿಕೆ ಸಂಭವಿಸುತ್ತದೆ. ಇಂಥ ವ್ಯಕ್ತಿ ಉತ್ಸಾಹಿಯಾಗಿದ್ದರೂ, ಆತ್ಮವಿಶ್ವಾಸ ಉಳ್ಳವನಾಗಿರುವುದಿಲ್ಲ. ಬೇರೆ ವ್ಯಕ್ತಿಗಳಿಂದ ಅಂತರ ಕಾಯ್ದುಕೊಳ್ಳುವುದು ಆತನ ಉದ್ದೇಶ ಆಗಿರುತ್ತದೆ (ಚಿತ್ರ 14).

ಚಿತ್ರ 13 – ಹತ್ತಿರ ಬರಬೇಡ, ಅಂತರ ಕಾಯ್ದುಕೋ.

ಚಿತ್ರ 14 – ಸಾಮೀಪ್ಯ ಅಗತ್ಯವಿಲ್ಲ

ತೋಳು ಎಳೆಯುವ ಹಸ್ತಲಾಘವ : ಅಭದ್ರತೆಯ ಭಾವ ಕಾಡುತ್ತಿರುವ, ತನ್ನ ವೈಯಕ್ತಿಕತೆಯನ್ನು ಬೇರೆಯವರು ಉಲ್ಲಂಘಿಸಬಾರದೆಂದುಕೊಳ್ಳುವ ವ್ಯಕ್ತಿಯ ಹಸ್ತ ಲಾಘವ ಶೈಲಿ ಇದು (ಚಿತ್ರ 15).

ಚಿತ್ರ 15 – ಆರೋಗ್ಯಕರ ಅಂತರ ಕಾಯ್ದುಕೊಳ್ಳೋಣ.

ಚಿತ್ರ 16 – ಮೊಳಕೈ ಹಿಡಿತ.

ಜೋಡಿ ಕೈ ಹಸ್ತಲಾಘವ : ನಂಬಿಕೆ ಹಾಗೂ ವಿಶ್ವಾಸಾರ್ಹತೆಯ ಪ್ರತೀಕವಾದ ಈ ಶೈಲಿಯ ಕೈಕುಲುಕಿಕೆಯಲ್ಲಿ ವ್ಯಕ್ತಿ ಬಲಗೈಯಿಂದ ಮುಂದಿರುವಾತನ ಬಲಗೈ ಯನ್ನು ಹಿಡಿದುಕೊಂಡು, ಎಡಗೈ ಮೂಲಕ ತನ್ನ ಭಾವನೆಗಳನ್ನು ಸಂವಹಿಸಲು ಯತ್ನಿಸುತ್ತಾನೆ.

ಚಿತ್ರ 17– ಮಣಿಕಟ್ಟಿನ ಹಿಡಿತ.

ಚಿತ್ರ 18 – ಹೆಗಲಿನ ಹಿಡಿತ.

ಎಡಗೈ ಮುಂದಿರುವಾತನ ಬಲತೋಳನ್ನು ಎಲ್ಲಿ ಸ್ಪರ್ಶಿಸಿದೆ ಎಂಬುದು ಭಾವನೆಯ ತೀವ್ರತೆಯನ್ನು ಸೂಚಿಸುತ್ತದೆ. ಮಣಿಕಟ್ಟಿನ ಹಿಡಿತ ಹೆಚ್ಚು ಭಾವನೆಗಳನ್ನು, ಭುಜದ ಹಿಡಿತ ಅದಕ್ಕಿಂತ ತೀವ್ರ ಭಾವನೆಗಳನ್ನು ಸಂವಹಿಸುತ್ತದೆ. ಮುಂದೊತ್ತಿದ ಎಡಗೈ

ಚಿತ್ರ 19 – ಮೇಲ್ತೋಳಿನ ಹಿಡಿತ.

ಎದುರಿಗಿರುವವನ ವೈಯಕ್ತಿಕ ಸೀಮೆಯನ್ನು ಪ್ರವೇಶಿಸುತ್ತದೆ. ಕೈ ಹಾಗೂ ಮೊಳಕೈ ಹಿಡಿತ ತೀರ ಹತ್ತಿರದ ಸ್ನೇಹಿತರು, ಸಂಬಂಧಿಕರು ನಡುವೆ ಆಗುವಂತದ್ದು. ತೋಳು ಹಾಗೂ ಭುಜದ ಹಿಡಿತದಿಂದ ಪರಸ್ಪರ ದೇಹ ಸ್ಪರ್ಶ ಕೂಡಾ ಆಗಲಿದೆ. ಭಾವನಾತ್ಮಕ ಸಂಬಂಧ ಇರುವವರು ಮಾತ್ರ ಇಂಥ ಹಸ್ತಲಾಘವಕ್ಕೆ ಮುಂದಾಗಬೇಕು (ಚಿತ್ರ 16, 17, 18 19).

ಅಪರಿಚಿತರ ಜತೆ ಜೋಡಿಕೈ ಕುಲುಕುವಿಕೆ ಕೂಡದು. ಇದರಿಂದ ವ್ಯಕ್ತಿ ಅಸಂತುಷ್ಟನಾಗಬಹುದು. ಜತೆಗೆ, ನಿಮ್ಮ ಉದ್ದೇಶವನ್ನು ಸಂಶಯಿಸುವ ಸಾಧ್ಯತೆಯೂ ಇದೆ.

ಇದೆಲ್ಲದರ ಜತೆಗೆ, ಕೆಲ ವಿಶಿಷ್ಟ ಹಸ್ತಲಾಘವಗಳನ್ನು ನೋಡಬಹುದು. 'ಕೈ ಮಿಲಾಯಿಸು' ರೀತಿಯಲ್ಲಿ ವ್ಯಕ್ತಿ ಇನ್ನೊಬ್ಬನ ಮೇಲಕ್ಕೆ ಎತ್ತಿರುವ ಅಂಗೈಗೆ ಹೊಡೆಯುತ್ತಾನೆ. ಸಾಮಾನ್ಯವಾಗಿ ಮೊದಲು ಈ ಪ್ರಕ್ರಿಯೆ ಆರಂಭಿಸಿದವ ಮೇಲುಗೈ ಹೊಂದುತ್ತಾನೆ. ಆದರೆ, ಈ ಮೇಲುಗೈ ಸಾಧಿಸುವಿಕೆಯನ್ನು ತಡೆಯಬಹುದು. ಇನ್ನೊಬ್ಬಾತ ತನ್ನ ಕೈಯನ್ನೂ ಮೊದಲಿನವನಷ್ಟೇ ಎತ್ತರಕ್ಕೆ ಎತ್ತಿ, ಹಸ್ತತಾಡನ ಲಂಬವಾಗಿ ಘಟಿಸುವಂತೆ ಮಾಡಬೇಕು.

ಕೆಲವೊಮ್ಮೆ ಕೈಕುಲುಕಿದ ವ್ಯಕ್ತಿ ಇನ್ನೊಬ್ಬನನ್ನು ಸನಿಹಕ್ಕೆ ಎಳೆದುಕೊಂಡು ಗಟ್ಟಿಯಾಗಿ ತಬ್ಬಿಕೊಳ್ಳುವುದಿದೆ. ಬಹುಕಾಲದ ನಂತರ ಭೇಟಿಯಾಗುತ್ತಿರುವ ಆತ್ಮೀಯ ಸ್ನೇಹಿತರು ಇಂಥ ಕ್ರಿಯೆಯಲ್ಲಿ ಭಾಗಿಯಾಗುತ್ತಾರೆ. ಅಪರಿಚಿತ ಇಲ್ಲವೇ ಆತ್ಮೀಯರಲ್ಲದವರ ಜತೆ ಈ ಬಗೆಯ ಹಸ್ತಲಾಘವ ಕೂಡದು.

❑

4

ಕಣ್ಣಿನ ಸಂಜ್ಞೆಗಳು

ಕಣ್ಣು ಅತ್ಯಂತ ಸೂಕ್ಷ್ಮ ಹಾಗೂ ಬಹು ಮುಖ್ಯವಾದ ಅಂಗ. ಕಣ್ಣುಗಳನ್ನು ವಿವರಿಸುವ ರೀತಿ ಕೂಡಾ ವಿಭಿನ್ನವಾಗಿದೆ. 'ಆತನದು ಸುಂದರ ಕಣ್ಣು', 'ಬೆಕ್ಕಿನ ಕಣ್ಣು', 'ಸಣ್ಣ ಕಣ್ಣು', 'ಇರಿಯುವಂಥ ಕಣ್ಣು' 'ಮಗುವಿನ ಕಣ್ಣು' ಎಂದೆಲ್ಲ ಹೇಳಲಾಗುತ್ತದೆ. ಹೀಗೆ ಹೇಳಿದಾಗ ನಾವು ವ್ಯಕ್ತಿಯ ಕಣ್ಣಿನ ಪಾಪೆ ಇಲ್ಲವೇ ನೋಟದ ರೀತಿಯ ಕುರಿತು ಹೇಳುತ್ತಿರುತ್ತೇವೆ. ಕಣ್ಣಿನ ನೋಟ ಒಂದು ಪರಿಪೂರ್ಣ ಮತ್ತು ಮುಕ್ತವಾಗಿ ತೆರೆದಿಡುವ ಸಂವಹನ ಸಂಜ್ಞೆ. ನಮ್ಮ ಕಣ್ಣಿನ ಪಾಪೆಗಳು ಬೆಳಕು, ಕತ್ತಲೆ ಹಾಗೂ ಮನಸ್ಥಿತಿಗೆ ಅನುಗುಣವಾಗಿ ಬದಲಾಗುತ್ತವೆ.

ಸಂಪೂರ್ಣ ಕತ್ತಲು ಇಲ್ಲವೇ ಬೆಳಕು ಕಡಿಮೆ ಇದ್ದಾಗ, ನಮ್ಮ ಪಾಪೆಗಳು ಹಿಗ್ಗುತ್ತವೆ. ಕಣ್ಣು ಕುಕ್ಕುವ ಬೆಳಕಿನಲ್ಲಿ ಪಾಪೆಗಳು ಕುಗ್ಗುತ್ತವೆ. ವ್ಯಕ್ತಿ ಉದ್ವೇಗ ಗೊಂಡಾಗ ಪಾಪೆಗಳು 4 ಪಟ್ಟು ಹಿಗ್ಗುತ್ತವೆ, ಸಿಟ್ಟಿನಲ್ಲಿ ಕುಗ್ಗುತ್ತವೆ. ಕುಗ್ಗಿದ ಪಾಪೆ ಯುಳ್ಳ ಕಣ್ಣನ್ನು 'ಹಾವಿನ ಕಣ್ಣು' ಎನ್ನಲಾಗುತ್ತದೆ. ಪ್ರಿಯೆ–ಪ್ರಿಯಕರ ಪರಸ್ಪರ ಭೇಟಿಯಾದಾಗ, ಇಬ್ಬರ ಪಾಪೆಗಳೂ ಹಿಗ್ಗುತ್ತವೆ. ಕೆಲವು ಮಹಿಳೆಯರು ಕಣ್ಣು ಗಳನ್ನು ಸುಂದರವಾಗಿ ಕಾಣಿಸುವಂತೆ ಮಾಡಲು ಕಾಜಲ್, ಕಣ್ಣು ರೆಪ್ಪೆಗಳಿಗೆ ಬಣ್ಣ ಹಾಕುತ್ತಾರೆ. ಎಳೆಯ ಮಕ್ಕಳು ತಮ್ಮ ಪೋಷಕರನ್ನು ನೋಡಿದಾಗ ಕೂಡಾ ಪಾಪೆಗಳು ಹಿಗ್ಗುತ್ತವೆ.

'ಮಾತನ್ನಾಡುವಾಗ ಮುಂದಿರುವ ವ್ಯಕ್ತಿಯ ಕಣ್ಣುಗಳನ್ನು ನೋಡು' ಎನ್ನುವ ಮಾತಿದೆ. ಮಾತನ್ನಾಡುವಾಗ, ಸಂಧಾನ ನಡೆಸುವಾಗ ವ್ಯಕ್ತಿಯ ಕಣ್ಣುಗಳನ್ನು ನೋಡಬೇಕು. ಅವು ಆ ವ್ಯಕ್ತಿಯ ಮನಸ್ಥಿತಿಯನ್ನು, ಭಾವನೆಗಳನ್ನು ಹೇಳುತ್ತವೆ.

ಕಣ್ಣುಗಳು ನಿಮ್ಮ ಭಾವನೆಗಳನ್ನು ಬಹಿರಂಗಪಡಿಸದಂತೆ ನೋಡಿಕೊಳ್ಳಲು ಇರುವ ಏಕೈಕ ಮಾರ್ಗವೆಂದರೆ ಕಪ್ಪು ಕನ್ನಡಕ ಧರಿಸುವುದು!

ದೃಷ್ಟಿಯ ರೀತಿ

ನೀವು ವ್ಯಕ್ತಿಯೊಬ್ಬನ ಕಣ್ಣಲ್ಲಿ ಕಣ್ಣಿಟ್ಟು, ಆತನೂ ಅದೇ ರೀತಿ ಮಾಡಿದಾಗ, ಉತ್ತಮ ಹಾಗೂ ಆರೋಗ್ಯಕರ ಸಂವಹನ ಸಾಧ್ಯವಿದೆ. ಕಣ್ಣನ್ನು ದಿಟ್ಟಿಸುತ್ತ ಸಂಭಾಷಣೆ ನಡೆಸಿದರೆ, ಮುಂದಿರುವ ವ್ಯಕ್ತಿ ತೆರೆದುಕೊಳ್ಳುತ್ತಾನೆ. ನೀವು ಸಿಟ್ಟಿಗೆದ್ದಾಗ ಇಲ್ಲವೇ ಎದುರಿನವನ ವಿಚಾರ ನಿಮಗೆ ಸಮ್ಮತವಾಗದಿದ್ದಾಗ, ನಿಮ್ಮ ಪಾಪೆಗಳು ಕುಗ್ಗುವುದರಿಂದ, ದಿಟ್ಟಿಸಿ ನೋಡುವುದು ನಕಾರಾತ್ಮಕ ಪರಿಣಾಮ ಬೀರುತ್ತದೆ. ನೇರ ನೋಟವನ್ನು ತಪ್ಪಿಸುವ, ಬೇರೆಡೆಗೆ ನೋಡುತ್ತ ಮಾತನ್ನಾಡುವವರು ನಂಬಿಕೆಗೆ ಅರ್ಹರಲ್ಲ ಎಂದು ಭಾವಿಸಲಾಗುತ್ತದೆ. ಎದುರಿನ ವ್ಯಕ್ತಿಯ ಕಣ್ಣಿನಲ್ಲಿ ಕಣ್ಣಿಟ್ಟು ಹೆಚ್ಚು ಕಾಲ ಮಾತನಾಡಿದ ಪಕ್ಷದಲ್ಲಿ ಒಂದೋ ಆ ವ್ಯಕ್ತಿ ನಿಮ್ಮಲ್ಲಿ ಆಸಕ್ತಿ ಹುಟ್ಟಿಸಿರಬೇಕು ಇಲ್ಲವೇ ಆತನಿಗೆ ನೀವು ಸವಾಲು ಎಸೆದಿರಬೇಕು. ಮೊದಲ ಸಂದರ್ಭದಲ್ಲಿ ಕಣ್ಣಿನ ಪಾಪೆ ಹಿಗ್ಗಿರುತ್ತದೆ, ಎರಡನೆಯ ಸಂದರ್ಭದಲ್ಲಿ ಕುಗ್ಗಿರುತ್ತದೆ.

ಮಾತನ್ನಾಡುವಾಗ ಕಪ್ಪು ಕನ್ನಡಕ ಧರಿಸಿದ್ದರೆ, ನೀವು ದುರುಗುಟ್ಟಿ ನೋಡುತ್ತಿದ್ದೀರಿ ಎಂದುಕೊಳ್ಳುವ ಸಾಧ್ಯತೆ ಇದೆ. ಆದರೆ, ಕಣ್ಣಿನಲ್ಲಿ ಕಣ್ಣಿಟ್ಟು ನೋಡದ ವ್ಯಕ್ತಿಯ ಬಗ್ಗೆ ಒಮ್ಮೆಲೇ ಯಾವುದೇ ನಿರ್ಧಾರಕ್ಕೆ ಬರಬೇಡಿ. ಕೆಲವು ದೇಶಗಳಲ್ಲಿ

ಚಿತ್ರ 20 – 'ವ್ಯಾಪಾರ' ದೃಷ್ಟಿ

ಚಿತ್ರ 21 – 'ಸಾಮಾಜಿಕ' ದೃಷ್ಟಿ

ದೀರ್ಘ ಕಾಲ ದಿಟ್ಟಿಸಿ ನೋಡುವುದಿಲ್ಲ. ದೇಹದ ಬೇರೆ ಅಂಗಗಳನ್ನೂ ನೋಡುವ ಪದ್ಧತಿ ಬೇರೆಡೆ ಇದೆ.

ಖ್ಯಾತ ಲೇಖಕ–ಪಂಡಿತ ಅಲನ್ ಪೀಸ್ ತನ್ನ ಪುಸ್ತಕ 'ಬಾಡಿ ಲ್ಯಾಂಗ್ವೇಜ್'ನಲ್ಲಿ ಹಲವು ರೀತಿಯ ನೋಟಗಳ ಬಗ್ಗೆ ವಿವರಿಸಿದ್ದಾರೆ. ಅವರ ಪ್ರಕಾರ, ಪ್ರತಿಯೊಬ್ಬರ ಹಣೆಯ ಮೇಲೆ ತ್ರಿಭುಜ ಆಕೃತಿಯನ್ನು ರಚಿಸಬಹುದು. 2 ಪಾಪೆಗಳು ಮತ್ತು ಹುಬ್ಬುಗಳನ್ನು ಸೇರ್ಪಡೆಗೊಳಿಸಿ, ಕಾಲ್ಪನಿಕ ತ್ರಿಭುಜವೊಂದನ್ನು ರಚಿಸಬಹುದು. ಇದೇ 'ಪೀಸ್‌ನ ತ್ರಿಭುಜ'.

ವ್ಯಕ್ತಿಯೊಬ್ಬನ ಜತೆ ಮಾತನ್ನಾಡುವಾಗ 'ಪೀಸ್‌ನ ತ್ರಿಭುಜ'ವನ್ನು ದಿಟ್ಟಿಸುತ್ತಿದ್ದರೆ, ನೀವು ವ್ಯವಹಾರಸ್ಥರು ಎಂದರ್ಥ. ಪೀಸ್ ಇದನ್ನು 'ಬಿಸಿನೆಸ್ ದೃಷ್ಟಿ' ಎನ್ನುತ್ತಾರೆ (ಚಿತ್ರ 20). ಇಂಥ ಸಂದರ್ಭದಲ್ಲಿ ದೃಷ್ಟಿ ಮುಂದಿರುವಾತನ ಕಣ್ಣಿನ ಮಟ್ಟಕ್ಕಿಂತ ಕೆಳಗೆ ಇಳಿಯಬಾರದು. ಒಂದೊಮ್ಮೆ ದೃಷ್ಟಿ ಕೆಳಗಿಳಿದರೆ, ಹಾರ್ದಿಕ ವಾತಾವರಣ ನಿರ್ಮಾಣವಾಗುತ್ತದೆ (ಚಿತ್ರ 21). ದೃಷ್ಟಿ ಕಣ್ಣುಗಳನ್ನು ದಾಟಿ, ಕೆನ್ನೆ, ಎದೆ, ತೊಡೆ ಮತ್ತಿತರ ಅಂಗಗಳನ್ನು ದಿಟ್ಟಿಸಿದರೆ, ನೋಟ ವೈಯಕ್ತಿಕವಾಗುತ್ತದೆ. ಈ 'ಸಲಿಗೆಯ ದೃಷ್ಟಿ' ವ್ಯಕ್ತಿಯ ಬಗೆಗಿನ ಆಸಕ್ತಿಯ ಫಲ. ಗಂಡು, ಹೆಣ್ಣು ಒಂದೆಡೆ ಸೇರಿದಾಗ ಇಂಥ ನೋಟ ಸಾಮಾನ್ಯ (ಚಿತ್ರ 22).

ಚಿತ್ರ 22 – ಆತ್ಮೀಯ ದೃಷ್ಟಿ.

ಕಣ್ಣಂಚಿನ ಓರೆ ನೋಟ ಆಸಕ್ತಿ ಇಲ್ಲವೇ ವೈರತ್ವ ಎರಡರ ಸೂಚನೆಯೂ ಆಗಬಹುದು. ಹುಬ್ಬನ್ನು ಏರಿಸಿ ಓರೆನೋಟ ಇಲ್ಲವೇ ಮುಗುಳ್ನಗು, ಆಸಕ್ತಿಯ ಸೂಚನೆ. ಗಂಟಿಕ್ಕಿದ ಹುಬ್ಬು, ಕೆಳಗಿಳಿದ ಬಾಯಿಯ ತುದಿ ಹಗೆತನದ ಸೂಚನೆ.

ಕೆಲವರು ಕಣ್ಣಿನ ರೆಪ್ಪೆಯನ್ನು ಕೆಲ ಕ್ಷಣ ಇಲ್ಲವೇ ದೀರ್ಘ ಕಾಲ ಮುಚ್ಚುವ ಮೂಲಕ, ಎದುರಿಗಿನ ವ್ಯಕ್ತಿಯ ಚಿತ್ರವನ್ನು ಅಳಿಸಿಹಾಕುವ ಪ್ರಯತ್ನ ನಡೆಸುವುದಿದೆ. ಈ 'ಕಣ್ಣಿನ ತಡೆ' ಸಂಜ್ಞೆ ನಿನ್ನ ಸಂಗ, ಸಂಬಂಧದಲ್ಲಿ ನನಗೆ ಆಸಕ್ತಿ ಇಲ್ಲ ಎನ್ನುವುದನ್ನು ಸೂಚಿಸುತ್ತದೆ. ಇದರ ಜತೆಗೆ, ವ್ಯಕ್ತಿ ತನ್ನ ತಲೆಯನ್ನು ಹಿಂದಕ್ಕೆ ವಾಲಿಸಿದರೆ, ನಿಮ್ಮನ್ನು ಕೀಳು ಎಂದು ಬಿಂಬಿಸಲು ಆತ ಯತ್ನಿಸುತ್ತಿದ್ದಾನೆ ಎಂದರ್ಥ. ಇದು ನಕಾರಾತ್ಮಕ ಪ್ರತಿ ಕ್ರಿಯೆ. ಆದರೆ, ಬುದ್ಧಿವಂತ ಒಂದು ಶಬ್ದವನ್ನೂ ಉಚ್ಚರಿಸದೆ ಇದಕ್ಕೆ ಪ್ರತಿರೋಧ ಒಡ್ಡಬಹುದು. ಪೆನ್ ಇಲ್ಲವೇ ಬೇರಾವುದೇ ವಸ್ತುವನ್ನು ತನ್ನ ಹಾಗೂ ಎದುರಿನ ವ್ಯಕ್ತಿಯ ಕಣ್ಣಿನ ಮಧ್ಯೆ ಹಿಡಿಯಬೇಕು. ಇಲ್ಲವೇ ನಿರ್ದಿಷ್ಟ ವಸ್ತುವೊಂದನ್ನು ಆತ ದಿಟ್ಟಿಸುವಂತೆ ಮಾಡಬೇಕು.

❑

5

ನಗು, ಮುಗುಳ್ನಗು

ಬ್ರಿಟನ್ನಿನ ತಂಡವೊಂದು ನಡೆಸಿದ ಅಧ್ಯಯನದ ಪ್ರಕಾರ, ನಗುವಿನಲ್ಲಿ 9 ವಿಧ. ಆ ಪೈಕಿ 3 ಸಾಮಾನ್ಯವಾದದ್ದು. ಇವು– ಸರಳವಾದ ನಗು, ಮೇಲ್ನಗು ಹಾಗೂ ವಿಶಾಲನಗು. ಹಲ್ಲುಗಳು ಕಾಣಿಸದ, ವ್ಯಕ್ತಿ ಸ್ವಂತ ಕೆಲಸದಲ್ಲಿ ತೊಡಗಿಸಿಕೊಂಡಿದ್ದಾಗ ಹೊಮ್ಮುವುದೇ ಸರಳ ನಗು. ಇಂಥ ಸಮಯದಲ್ಲಿ ವ್ಯಕ್ತಿ ತನ್ನಿಂತಾನೇ ನಗುತ್ತಿರುತ್ತಾನೆ. ಮೇಲ್ನಗುವಿನಲ್ಲಿ ಮೇಲಿನ ದಂತಪಂಕ್ತಿ (ಬಾಚಿ ಹಲ್ಲು) ಮಾತ್ರ ಕಾಣಿಸುತ್ತದೆ. ಸಾಮಾನ್ಯವಾಗಿ ಇದು ಸ್ವಾಗತಿಸುವ ನಗು. ಪರಸ್ಪರ ಸ್ವಾಗತಿಸುತ್ತ, ಕಣ್ಣಿಗೆ ಕಣ್ಣು ಸೇರಿಸುತ್ತ ಎದುರ್ಗೊಳ್ಳುವ ನಗು. ವಿಶಾಲ ನಗುವಿನಲ್ಲಿ ಮೇಲಿನ ಹಾಗೂ ಕೆಳಗಿನ ಸಾಲಿನ ಹಲ್ಲುಗಳು ಕಾಣಿಸುತ್ತವೆ. ಇಂಥ ಸಂದರ್ಭದಲ್ಲಿ ಕಣ್ಣಿಗೆ ಕಣ್ಣು ಸೇರುವುದಿಲ್ಲ.

ಡಾ.ಇವಾನ್ ಗ್ರಾಂಟ್ ಪ್ರಕಾರ, ಐದು ವಿಧದ ನಗು ಇದೆ. ಇದರಲ್ಲಿ ಸಭ್ಯತೆಯನ್ನು ತೋರ್ಪಡಿಸುವ ನಗೆ ವಿಶಿಷ್ಟ. ಮೇಲೆ ಕೆಳಗಿನ ದಂತಪಂಕ್ತಿಯಿಂದ ತುಟಿಗಳನ್ನು ಹಿಂದಕ್ಕೆ ಸರಿಸಿ, ಅಂಡಾಕಾರವನ್ನು ಹೋಲುವ ತುಟಿ ರಚನೆ ಇರುವ ಈ ನಗುವಿನ ಕರ್ತೃ, ಜೋಕ್ ಇಲ್ಲವೇ ಮಾತಿನಲ್ಲಿ ಆಸಕ್ತಿ ಇರುವಂತೆ ನಟಿಸುತ್ತಿರುತ್ತಾನಷ್ಟೆ. ವಾಸ್ತವದಲ್ಲಿ, ಸುತ್ತಲಿನ ಚಟುವಟಿಕೆಯಲ್ಲಿ ಆತನಿಗೆ ಯಾವುದೇ ಆಸಕ್ತಿ ಇರುವುದಿಲ್ಲ, ಸೌಜನ್ಯಕ್ಕೆ ನಟಿಸುತ್ತಾನೆ, ಅಷ್ಟೆ. ಇನ್ನೊಂದು ರೀತಿಯದು– ಬಾಯಿಯನ್ನು ತುಸುವೇ ತೆರೆದು, ಹಲ್ಲುಗಳು ಸ್ವಲ್ಪ ಮಾತ್ರ ಕಾಣಿಸುವ 'ಹಲೋ, ಹೇಗಿದ್ದೀ' ನಗು.

ಸರಳ ನಗುವಿನಲ್ಲಿ ತುಟಿಗಳು ಸ್ವಲ್ಪ ಹಿಂದಕ್ಕೆ ಸರಿಯುತ್ತವೆ. ಆದರೆ, ದಂತಪಂಕ್ತಿ ಕಾಣಿಸುವುದಿಲ್ಲ. ವ್ಯಕ್ತಿಯೊಬ್ಬ ತುಂಬ ಸಂತೋಷ–ಉದ್ರೇಕಗೊಂಡಾಗ, ವಿಶಾಲ ನಗು ಕಾಣಿಸಿಕೊಳ್ಳುತ್ತದೆ. ಬಾಯಿ ತೆರೆದು, ಎರಡೂ ದಂತಪಂಕ್ತಿಗಳು

ಕಾಣಿಸಿಕೊಳ್ಳುತ್ತವೆ. ನಾಚಿಕೆ ಸ್ವಭಾವದ ಹೆಣ್ಣುಮಕ್ಕಳು ಕೆಳತುಟಿಯನ್ನು ಹಲ್ಲಿನ ನಡುವೆ ಎಳೆದುಕೊಂಡು ನಗುತ್ತಾರೆ.

ಇಬ್ಬರ ನಡುವೆ ಜಗಳ ನಡೆದಾಗ, ಮುಖಭಾವ ತೀವ್ರವಾಗಿ ಬದಲಾವಣೆ ಆಗುತ್ತದೆ. ರೆಪ್ಪೆಗಳು ಗಂಟು ಕಟ್ಟಿಕೊಳ್ಳುತ್ತವೆ, ತುಟಿಗಳು ಮುಂಚಾಚುತ್ತವೆ, ತಲೆ-ಗದ್ದ ಮುಂದೊತ್ತುತ್ತವೆ, ಕಣ್ಣುಗಳು ದುರುಗುಟ್ಟುತ್ತವೆ. ಇಂಥ ಸಮಯದಲ್ಲಿ ಯಾರೊಬ್ಬರೂ ರೆಪ್ಪೆ ಮಿಡಿಯದೆ, ದುರುಗುಟ್ಟಿ ನೋಡುತ್ತಾರೆ.

ಆಘಾತವಾದಾಗ, ಬಾಯಿ ವಿಶಾಲವಾಗಿ ತೆರೆದುಕೊಳ್ಳುತ್ತದೆ. ಗದ್ದ ಹಿಂದೆ ಸರಿಯುತ್ತದೆ. ಗಮನವನ್ನು ಕೇಂದ್ರೀಕರಿಸಿ ಕೆಲಸ ಮಾಡುವಾಗ ವ್ಯಕ್ತಿ ಬಾಯಿ ತೆರೆಯುವುದಿದೆ. ಕೆಲವೊಮ್ಮೆ ನಾಲಿಗೆ ಹೊರಹಾಕುವುದನ್ನೂ ಕಾಣಬಹುದು.

❑

6

ಹಸ್ತ-ತೋಳಿನ ಸಂಜ್ಞೆಗಳು

ಅಂಗೈಗಳನ್ನು ತಿಕ್ಕುವುದು ನಿರೀಕ್ಷೆಯ ಸೂಚನೆ. ಹೋಟೆಲ್‌ಗಳಲ್ಲಿ ವೇಯ್ಟರ್‌ಗಳು, ಪಾರ್ಕಿಂಗ್ ಲಾಟ್‌ಗಳಲ್ಲಿನ ಅಟೆಂಡರ್‌ಗಳಲ್ಲಿ ಈ ಪ್ರವೃತ್ತಿ ಕಾಣಬಹುದು. ಅಂಗೈ ತಿಕ್ಕುವಿಕೆಯ ತೀವ್ರತೆ ಕೂಡಾ ಗಮನಾರ್ಹವಾದದ್ದು. ವ್ಯಕ್ತಿಯೊಬ್ಬ ತೀವ್ರ ವೇಗದಲ್ಲಿ ಅಂಗೈಯನ್ನು ತಿಕ್ಕುತ್ತಿದ್ದರೆ, ನಿಮಗೇನೋ ಸಿಹಿ ಸುದ್ದಿ ಇದೆ ಎಂದರ್ಥ. ಒಮ್ಮೊಮ್ಮೆ ತಿಕ್ಕುವಿಕೆ ನಿಧಾನವಾಗಿದ್ದರೆ, ಆತ ಯಾವುದೋ ಸಿಹಿ ಸುದ್ದಿ ಕೇಳಿದ್ದಾನೆ ಎಂದರ್ಥ. ಹೆಬ್ಬೆರಳನ್ನು ಬೆರಳುಗಳ ತುದಿಗೆ ನಿಧಾನವಾಗಿ ಉಜ್ಜುವುದು ಇಲ್ಲವೇ ತೋರು ಬೆರಳಿಗೆ ಉಜ್ಜುವುದು ಹಣ ನಿರೀಕ್ಷಿಸುತ್ತಿರುವ ಸೂಚನೆ. ಮಾರಾಟ ಪ್ರತಿನಿಧಿ ಮತ್ತಿತರರು ಇದನ್ನು ಬಳಸುತ್ತಾರೆ.

ಕೈಯನ್ನು ಮುಷ್ಟಿ ಮಾಡುವುದು ಆತ್ಮವಿಶ್ವಾಸದ ಸೂಚನೆ. ಇಂಥ ವ್ಯಕ್ತಿಗಳು ಸಂತೋಷ ಹಾಗೂ ಉತ್ಸಾಹಭರಿತರಾಗಿರುತ್ತಾರೆ. ಮುಷ್ಟಿ ಹಿಡಿದಾಗ ಒಂದೊಮ್ಮೆ ಬೆರಳುಗಳು ಬೆಳ್ಳಗಾದರೆ ಇಲ್ಲವೇ ಅಂಟಿಕೊಂಡಂತೆ ಇದ್ದರೆ, ಅದು ನಕಾರಾತ್ಮಕ ಸಂಜ್ಞೆ.

ಈ ಸಂಜ್ಞೆಯಲ್ಲಿ ಮೂರು ವಿಧ : ಎರಡೂ ಕೈಯನ್ನು ಮುಖದ ಎದುರು ಜೋಡಿಸುವುದು, ಕುಳಿತಾಗ ಮೇಜಿನ ಮೇಲೆ ಕೈಜೋಡಿಸುವುದು ಇಲ್ಲವೇ ಕುಳಿತಾಗ ತೊಡೆಯ ಮೇಲೆ ಜೋಡಿಸುವುದು ಹಾಗೂ ನಿಂತಾಗ ಗುಪ್ತಾಂಗದ ಮುಂದೆ ಕೈ ಜೋಡಿಸುವುದು (ಚಿತ್ರ 23, 24, 25). ಜೋಡಿಸಿದ ಕೈಗಳನ್ನು ಮೇಲೆ ಎತ್ತಿ ಹಿಡಿದ ವ್ಯಕ್ತಿಯನ್ನು ಸಂಭಾಳಿಸುವುದು ಕಷ್ಟ. ಈ ಭಂಗಿಯಲ್ಲಿರುವ ವ್ಯಕ್ತಿಯ

ಚಿತ್ರ 23 – ಮುಖದ ಮುಂದೆ ಹೆಣೆದುಕೊಂಡ ಕೈ.

ಕೈಗಳನ್ನು ಬಿಡಿಸುವಂತೆ, ಅಂಗೈ–ದೇಹದ ಮುಂಭಾಗ ಮುಕ್ತಗೊಳ್ಳುವಂತೆ ಮಾಡಬೇಕು. ಒಂದೊಮ್ಮೆ ಇಂಥ ಪ್ರಯತ್ನ ವಿಫಲವಾದಲ್ಲಿ, ಆಕ್ರಮಣಕಾರಿ ಮನಸ್ಥಿತಿ ಉಳಿದುಬಿಡುತ್ತದೆ.

ಚಿತ್ರ 24 – ಮೇಜಿನ ಮೇಲೆ ಜೋಡಿಸಿಟ್ಟ ಕೈ.

ಚಿತ್ರ 25 – ಅಸಮಾಧಾನ ಸೂಚಕ ಜೋಡಿಸಿದ ಕೈಗಳು.

ಎರಡೂ ಕೈಗಳ ಬೆರಳುಗಳನ್ನು ತುದಿಯಲ್ಲಿ ಜೋಡಿಸುವ ಭಂಗಿ

ಈ ಸಂಜ್ಞೆಯನ್ನು ಪ್ರದರ್ಶಿಸುವಾತ 'ತನಗೆ ಎಲ್ಲವೂ ಗೊತ್ತಿದೆ' ಎಂಬ ಭಾವನೆ ಇರುವಾತ ಇಲ್ಲವೇ ಆತ್ಮವಿಶ್ವಾಸವುಳ್ಳವನು. ಹಿರಿಯ ಅಧಿಕಾರಿಗಳು ತಮ್ಮ ಸಿಬ್ಬಂದಿಗೆ ಆದೇಶ ನೀಡುವಾಗ ಈ ಸಂಜ್ಞೆ ಬಳಸುತ್ತಾರೆ (ಚಿತ್ರ 26). ವಕೀಲರು, ವೈದ್ಯರು ತಮ್ಮ ಕಕ್ಷಿದಾರ–ರೋಗಿಗೆ ತಿಳಿಹೇಳುವಾಗ ಈ ಸಂಜ್ಞೆಯನ್ನು ಬಳಸುತ್ತಾರೆ. ಇದರಲ್ಲಿ ಎತ್ತರಿಸಿದ ಮತ್ತು ಕೆಳಗಿಸಿದ ಎರಡು ಸಂಜ್ಞೆಗಳಿವೆ. ಎತ್ತರಿಸಿದ ಭಂಗಿಯಲ್ಲಿ ಆದೇಶ –ಸೂಚನೆ ನೀಡಲಾಗುತ್ತದೆ. ಕೆಳಗಿಳಿಸಿದ ಭಂಗಿಯಲ್ಲಿ ವ್ಯಕ್ತಿ ಮುಂದಿರುವಾತನ ಮಾತನ್ನು ಆಲಿಸುತ್ತಿರುತ್ತಾನೆ (ಚಿತ್ರ 27). ಈ ಭಂಗಿಯನ್ನು ಮಹಿಳೆಯರು ಬಳಸುವುದು ಹೆಚ್ಚು. ಎತ್ತರಿಸಿದ ಭಂಗಿ ಜತೆಗೆ ವ್ಯಕ್ತಿ ತನ್ನ ತಲೆಯನ್ನು ಹಿಂದೆ ಬಾಗಿಸಿದರೆ, ಅದು ಅಹಂಕಾರದ ಸೂಚನೆ. ತೆರೆದ ಮುಂಗೈ, ಮುಂದೆ ಬಾಗುವಿಕೆ, ತಲೆ ಎತ್ತುವಿಕೆ ಮತ್ತಿತರ ಸಂಜ್ಞೆಗಳು ಸಕಾರಾತ್ಮಕ ಮನಸ್ಥಿತಿಯ ಪ್ರತೀಕ. ಆದರೆ, ತೋಳುಗಳನ್ನು ಮಡಿಚುವುದು, ಕಾಲುಗಳನ್ನು ಒಂದರ ಮೇಲೆ ಇನ್ನೊಂದನ್ನು ಹಾಕುವುದು, ಬೇರೆಲ್ಲೋ ನೋಡುವುದು... ಇವೆಲ್ಲ ನಕಾರಾತ್ಮಕ ಸಂಜ್ಞೆಗಳು. ಕೈಬೆರಳುಗಳನ್ನು ಜೋಡಿಸಿದ ವ್ಯಕ್ತಿಯ ನಂತರದ ಸಂಜ್ಞೆಗಳನ್ನು ಗಮನಿಸಿ, ಸರಿಯಾಗಿ ವಿಶ್ಲೇಷಣೆ ಮಾಡಬಹುದು.

ಚಿತ್ರ 26 – ನನಗೆಲ್ಲವೂ ಗೊತ್ತಿದೆ !

ಕೈ, ತೋಳು, ಮುಂಗೈ ಹಿಡಿತ

ಉನ್ನತ ಅಧಿಕಾರಿಗಳು, ಶಾಲೆ–ಕಾಲೇಜುಗಳ ಪ್ರಿನ್ಸಿಪಾಲರು, ಸೇನಾಧಿಕಾರಿಗಳು ತಲೆ ಎತ್ತಿ, ಗದ್ದ ಮುಂದೊತ್ತಿ, ಬೆನ್ನ ಹಿಂದಿನ ಮೊಳಕೈಯನ್ನು ಇನ್ನೊಂದರಿಂದ ಹಿಡಿದು ಸಾಗುವುದನ್ನು ನೀವು ನೋಡಿರಬಹುದು. ಈ ಸಂಜ್ಞೆ ಆತ್ಮವಿಶ್ವಾಸ

ಚಿತ್ರ 27 – ಹೇಳು, ನಿನ್ನ ಮಾತು ಕೇಳುತ್ತಿರುವೆ.

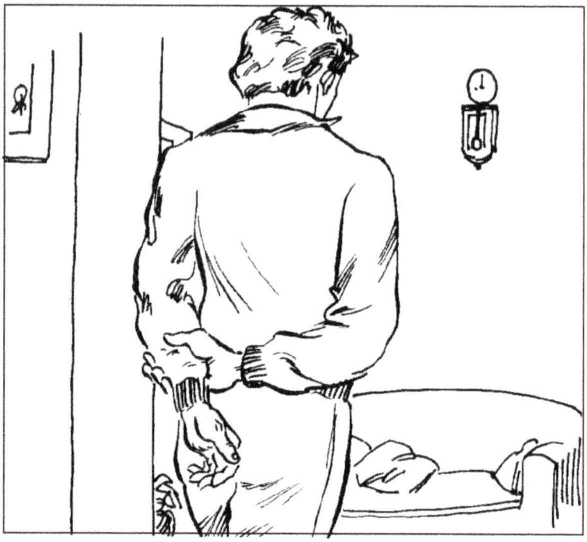

ಚಿತ್ರ 28 – ಅಧಿಕಾರದ ಸೂಚನೆ.

ಹಾಗೂ ಅಧಿಕಾರದ ಪ್ರತೀಕ. ಹೀಗೆ ನಡೆಯುವ ವ್ಯಕ್ತಿ ತನ್ನ ಹೊಟ್ಟೆ, ಎದೆ, ಗಂಟಲನ್ನು ತೆರೆದು ತೋರಿಸುವುದರಿಂದ, ಇದು ನಿರ್ಭೀತತೆಯ ಸೂಚನೆ ಕೂಡಾ. ಈ ದೇಹ ಭಂಗಿ ಒತ್ತಡದ ಸಮಯದಲ್ಲೂ ಆರಾಮವಾಗಿರಲು, ಆತ್ಮವಿಶ್ವಾಸ ದಿಂದಿರಲು ನೆರವಾಗು ತ್ತದೆ (ಚಿತ್ರ 28). ಇದೇ ರೀತಿ ಅಂಗೈ ಮೇಲೆ ಅಂಗೈ ಹಾಗೂ

ಚಿತ್ರ 29 – ಸಿಟ್ಟಿನ ಸೂಚನೆ.

ಚಿತ್ರ 30 – ದರ್ಪದ ಸೂಚನೆ.

ಸೊಂಟದ ಮೇಲೆ ಕೈ ಇರಿಸುವುದು, ಆತ್ಮವಿಶ್ವಾಸದ ಸೂಚನೆ. ಆದರೆ, ಒಂದು ಕೈಯಲ್ಲಿ ತೋಳನ್ನು ಹಿಡಿಯುವುದು ಸ್ವಯಂ ನಿಯಂತ್ರಣದ ಸೂಚನೆ. ಒಂದೊಮ್ಮೆ ಬೆನ್ನ ಹಿಂದಿನ ಕೈ ಮತ್ತಷ್ಟು ಮೇಲೇರಿದರೆ, ವ್ಯಕ್ತಿ ಸಿಟ್ಟಾಗುತ್ತಿದ್ದಾನೆ ಎಂದರ್ಥ (ಚಿತ್ರ 29). ಅಂಗೈಯಲ್ಲಿ ಅಂಗೈ ಇರಿಸಿ ಸಿಟ್ಟಿನ ನಿಯಂತ್ರಣ, ಸಮಾಧಾನ ಗಳಿಸಲು ಸಾಧ್ಯವಿದೆ.

ಚಿತ್ರ 31 – ಮೇಲ್ಗೈ ಮನೋಪ್ರವೃತ್ತಿ.

ಹೆಬ್ಬೆರಳಿನ ಪ್ರದರ್ಶನ

ಹೆಬ್ಬೆರಳನ್ನು ಮೇಲೆತ್ತಿ ತೋರಿಸುವುದು ಮೇಲ್ಗೈ, ತಾನು ಹೆಚ್ಚು ಎಂಬ ಜಂಭ ಹಾಗೂ ಆಕ್ರಮಣದ ಸಂಜ್ಞೆ. ಆದರೆ, ಇದು ಸಕಾರಾತ್ಮಕ ಸಂಜ್ಞೆ. ಜೇಬಿನಲ್ಲಿ ಕೈ ಇರಿಸಿಕೊಂಡಾಗ, ಹೆಬ್ಬೆರಳು ಹೊರಗೆ ಕಾಣಿಸಿಕೊಳ್ಳುವಂತೆ ಮಾಡುವುದು ಮೇಲ್ಗೈ ಮನೋಪ್ರವೃತ್ತಿ (ಚಿತ್ರ 30). ತೋಳುಗಳನ್ನು ಜೋಡಿಸಿ, ಹೆಬ್ಬೆರಳನ್ನು ಮೇಲೆತ್ತಿ ತೋರಿಸುವುದು ಜೋಡಿ ಸಂಜ್ಞೆ : ನಕಾರಾತ್ಮಕ ಹಾಗೂ ತಾನು ಹೆಚ್ಚು ಎಂಬ ಜಂಬದ ಪ್ರದರ್ಶನ (ಚಿತ್ರ 31). ಹೆಬ್ಬೆರಳನ್ನು ಮುಂದಿರುವ ವ್ಯಕ್ತಿಯೆಡೆಗೆ ತೋರಿಸುವ ಮೂಲಕ ಅಪಹಾಸ್ಯ–ಅವಮಾನ ಮಾಡಬಹುದು. ಹೆಬ್ಬೆರಳನ್ನು ಅತ್ತಿಂದಿತ್ತ ಅಲುಗಾಡಿಸುವುದು ಕೂಡಾ ಅಪಹಾಸ್ಯ ಮಾಡುವ ಸಂಜ್ಞೆ. ಈ ಸಂಜ್ಞೆಯನ್ನು ಮಹಿಳೆಯರು ಬಳಸುವುದು ಕಡಿಮೆ (ಚಿತ್ರ 32).

ಹೆಬ್ಬೆಟ್ಟು ಸಂಜ್ಞೆ

ಇದಕ್ಕೆ ನಾನಾ ಅರ್ಥಗಳಿವೆ. ಹೆಬ್ಬೆರಳನ್ನು ವೇಗವಾಗಿ ಮೇಲೆ ಎತ್ತಿ ಪ್ರದರ್ಶಿಸಿದರೆ, ಅದು ಅಪಹಾಸ್ಯ–ಅವಮಾನದ ಸಂಜ್ಞೆ (ಚಿತ್ರ 33). ಬ್ಯಾಟುಗಾರನೊಬ್ಬ ಚೆಂಡನ್ನು ಜೋರಾಗಿ ಬಾರಿಸಿ, ಚೆಂಡೆಸೆತಗಾರನಿಗೆ ಈ ಸಂಜ್ಞೆ ತೋರಿಸಿದರೆ, 'ಹೇಗಿದೆ' ಎಂದು ಪ್ರಶ್ನಿಸಿದಂತೆ.

ಸಾಮಾನ್ಯವಾಗಿ ಉನ್ನತ ಶ್ರೇಣಿಯ ಅಧಿಕಾರಿಗಳು ಈ ಸಂಜ್ಞೆಯನ್ನು ಪ್ರದರ್ಶಿಸುತ್ತಾರೆ. ಕಿರಿಯ ಸಹೋದ್ಯೋಗಿಗಳು ಹಿರಿಯ ಅಧಿಕಾರಿಗಳ ಎದುರು ಈ ಸಂಜ್ಞೆ ಪ್ರದರ್ಶಿಸಬಾರದು.

ಚಿತ್ರ 32 – ಚೆನ್ನಾಗಿದ್ದಾಳೆ. ಆದರೆ, ನನ್ನ 'ಟೈಪ್' ಅಲ್ಲ

ಚಿತ್ರ 33 – ಸಾಕಾ, ಇನ್ನೂ ಬೇಕಾ ?

ಮಡಿಸಿದ ತೋಳುಗಳು

ಎರಡೂ ಕೈಗಳನ್ನು ಜೋಡಿಸಿ ಎದೆಯ ಮೇಲಿರಿಸಿಕೊಳ್ಳುವ ಮೂಲಕ ನಮಗಿಷ್ಟವಿಲ್ಲದ ವಿಷಯಗಳಿಗೆ ನಾವು ತಡೆ ಒಡ್ಡುತ್ತೇವೆ. ವ್ಯಕ್ತಿಯೊಬ್ಬ ಎರಡೂ ಕೈಗಳನ್ನು ಎದೆಯ ಮೇಲೆ ದೃಢವಾಗಿ ಇರಿಸಿಕೊಂಡಿದ್ದಾನೆ ಎಂದರೆ ಆತ ವಿಪತ್ತಿಗೆ

ಚಿತ್ರ 34 – ಒತ್ತಡದಲ್ಲಿರುವ ಸೂಚನೆ.

ಹೆದರಿದ್ದಾನೆ ಎಂದು ಭಾವಿಸಬಹುದು (ಚಿತ್ರ 34). ಇದು ರಕ್ಷಣಾತ್ಮಕ, ನಕಾರಾತ್ಮಕ ಸಂಜ್ಞೆ. ಇದರ ಜತೆಗೆ ವ್ಯಕ್ತಿ ತನ್ನ ಕಾಲುಗಳನ್ನು ಒಂದರ ಮೇಲೆ ಇನ್ನೊಂದನ್ನು ಹಾಕಿ ಕುಳಿತಿದ್ದ ಎಂದಾದಲ್ಲಿ ಆತ ಒತ್ತಡದಲ್ಲಿದ್ದಾನೆ ಎಂದರ್ಥ. ಇಂಥ ವ್ಯಕ್ತಿ ನಕಾರಾತ್ಮಕ ಆಲೋಚನೆಗಳನ್ನು ಸಂವಹಿಸುತ್ತಾನೆ ಹಾಗೂ ಆತನ ಗಮನ ಹರಿಸುವ ಸಾಮರ್ಥ್ಯ ಕಡಿಮೆ ಇರುತ್ತದೆ. ಕೆಲವರು ಇದನ್ನು ಆರಾಮದಾಯಕ ಭಂಗಿ ಎನ್ನಬಹುದು. ಈ ಅಭಿಪ್ರಾಯ ತಪ್ಪು. ಇನ್ನೊಬ್ಬರ ಮಾತನ್ನು ಕೇಳುವಾಗ ಕೈ ಹಾಗೂ ಕಾಲುಗಳನ್ನು ಕೆಳಗೆ ಸಹಜವಾಗಿ ಇಟ್ಟುಕೊಂಡಿರಬೇಕು. ಈ ಭಂಗಿ ಸಂವಹನದಲ್ಲಿ ನೆರವಾಗುತ್ತದೆ. ಜತೆಗೆ, ಸಕಾರಾತ್ಮಕ ಮನಸ್ಥಿತಿ ಬೆಳೆಸಿಕೊಳ್ಳಲು ನೆರವು ನೀಡುತ್ತದೆ.

ತೋಳನ್ನು ಜೋಡಿಸಿಕೊಂಡ ಭಂಗಿಯನ್ನು (ಚಿತ್ರ 35) ಸಂದಿಗ್ಧದಲ್ಲಿದ್ದಾಗ ಹಾಗೂ ಅಭದ್ರತೆಯ ಭಾವನೆ ಇದ್ದಾಗ ಬಳಸುತ್ತಾರೆ. ಮುಖಾಮುಖಿ ಭೇಟಿಯಲ್ಲಿ ವ್ಯಕ್ತಿ ನಿಮ್ಮನ್ನು ಈ ಭಂಗಿಯಲ್ಲಿ ಎದುರಾದರೆ, ಆತ ನಿಮ್ಮನ್ನು ಒಪ್ಪುತ್ತಿಲ್ಲ ಎಂಬುದು ಬೆಳಕಿನಷ್ಟೇ ಸ್ಪಷ್ಟ.

ವ್ಯಕ್ತಿ ಎಲ್ಲಿಯವರೆಗೆ ಇದೇ ಭಂಗಿಯಲ್ಲಿರುತ್ತಾನೋ, ಅಲ್ಲಿಯವರೆಗೆ ಆತ ನಕಾರಾತ್ಮಕ ಮನಸ್ಥಿತಿಯಲ್ಲೇ ಇರುತ್ತಾನೆ (ಚಿತ್ರ 36). ಜೋಡಿಸಿದ ತೋಳುಗಳನ್ನು ಬಿಡಿಸಿದ ಮರುಕ್ಷಣ ಆತನ ಜತೆ ಸಂವಹನ ಸಾಧ್ಯವಾಗುತ್ತದೆ. ನಿಮ್ಮ ನಿಲುವುಗಳನ್ನು ಆತ ಒಪ್ಪುವ ಸಾಧ್ಯತೆ ಇದೆ. ಕೇಳುಗನಿಗೆ ಪೆನ್ ಇಲ್ಲವೇ ಪೆನ್ಸಿಲ್‌ನಂಥ ವಸ್ತು ಕೊಡುವ ಮೂಲಕ ಆತ ಕೈಗಳನ್ನು ಬಿಚ್ಚಿ ಮುಂದೆ ಬರುವಂತೆ ಮಾಡಬಹುದು.

ಚಿತ್ರ 35 – ಒಪ್ಪುತ್ತಾಳೆ, ಇಲ್ಲವಾ ಎಂಬ ಸಂದಿಗ್ಧ

ಚಿತ್ರ 36 – ಮುಷ್ಟಿ ಪ್ರದರ್ಶನ : ನಕಾರಾತ್ಮಕ ಸಂಜ್ಞೆ

ಇಲ್ಲವೇ 'ನೀವೇನು ಹೇಳುತ್ತೀರಿ' ಎಂದು ಪ್ರಶ್ನಿಸುವ ಮೂಲಕ ಆತ ಮಾತನ್ನಾಡು ವಂತೆ ಮಾಡಬಹುದು. ಜತೆಗೆ, ನಿಮ್ಮ ಬಲ ಅಂಗೈಯನ್ನು ಕಾಣಿಸುವಂತೆ ಇಡುವ ಮೂಲಕ ನಿಸ್ಪೃಹತೆಯನ್ನು ನಂಬುವಂತೆ ಮಾಡಬಹುದು.

ವ್ಯಕ್ತಿಯೊಬ್ಬ ಕೈಯನ್ನು ಮುಷ್ಟಿ ಮಾಡಿಕೊಂಡು ಕಟ್ಟಿಕೊಂಡಿದ್ದರೆ, ಇದು ಆಕ್ರಮಣಕಾರಿ ಹಾಗೂ ರಕ್ಷಣಾತ್ಮಕ ಭಂಗಿ. ಜತೆಗೆ ಹಲ್ಲುಗಳನ್ನು ಕಚ್ಚಿಗೊಂಡಿದ್ದು, ಮುಖ ಕೆಂಪಾಗಿದ್ದರೆ, ಎಚ್ಚರ ವಹಿಸಬೇಕು. ದೈಹಿಕ ಹಲ್ಲೆ ನಡೆಸುವ ಸಾಧ್ಯತೆ ಇರುತ್ತದೆ.

ಕೈಗಳನ್ನು ಎದೆ ಮೇಲೆ ಕಟ್ಟಿಗೊಂಡು, ಕೈಗಳು ಮೇಲ್ತೋಳನ್ನು ಭದ್ರವಾಗಿ ಹಿಡಿದುಕೊಂಡಿದ್ದರೆ, ಇದು ತೋಳು ಬಿಗಿ ಹಿಡಿತ ಸಂಜ್ಞೆ. ಈ ಭಂಗಿಯಲ್ಲಿ ಹಿಡಿತ ಕೆಲವೊಮ್ಮೆ ಎಷ್ಟು ಬಿಗಿಯಾಗಿರುತ್ತದೆ ಎಂದರೆ, ಬೆರಳು ಮತ್ತು ಗೆಣ್ಣುಗಳಲ್ಲಿ ರಕ್ತ ಸಂಚಾರ ಕಡಿಮೆಯಾಗಿ ಬಿಳಿಚಿಕೊಂಡಿರುತ್ತವೆ. ಇದು ನಕಾರಾತ್ಮಕ ಭಂಗಿ.

ಒಂದೊಮ್ಮೆ ತೋಳನ್ನು ಬಳಸಿದ ಕೈಗಳ ತೋರುಬೆರಳು ಮೇಲ್ಮುಖವಾಗಿದ್ದರೆ, ಆತ ಆತ್ಮವಿಶ್ವಾಸವುಳ್ಳವ. ಆದರೆ, ರಕ್ಷಣಾತ್ಮಕ ಮನಸ್ಥಿತಿ ಹೊಂದಿರುತ್ತಾನೆ. ಪಿಸ್ತೂಲು, ಬಂದೂಕು ಇರಿಸಿಕೊಂಡವರು ಎಂದಿಗೂ ತಮ್ಮ ಕೈಗಳನ್ನು ಎದೆ ಮೇಲೆ ಜೋಡಿಸುವುದಿಲ್ಲ. ಬದಲಿಗೆ, ಕೈಯನ್ನು ಮುಷ್ಟಿ ಮಾಡಿಕೊಂಡು ಮುಕ್ತವಾಗಿರಿಸಿರು ತ್ತಾರೆ.

ಚಿತ್ರ 37 – ಆತ್ಮವಿಶ್ವಾಸದ ಕೊರತೆ.

ತೋಳನ್ನು ಒಂದು ಕೈಯಲ್ಲಿ ಹಿಡಿದು, ಮತ್ತೊಂದು ಕೈಯನ್ನು ಬಿಡುಬೀಸಾಗಿ ಇರಿಸಿಕೊಂಡವನಿಗೆ ಆತ್ಮವಿಶ್ವಾಸ ಕಡಿಮೆ ಇರುತ್ತದೆ (ಚಿತ್ರ 37). ಇದರ ಇನ್ನೊಂದು ರೂಪ, ಎರಡೂ ಕೈ ಕಟ್ಟಿಕೊಂಡು ದೇಹದ ಮಧ್ಯಭಾಗದಲ್ಲಿ ಇರಿಸಿಕೊಳ್ಳುವುದು. ಪ್ರಶಸ್ತಿ ಸ್ವೀಕರಿಸುವಾಗ ಇಲ್ಲವೇ ಭಾಷಣ ಮಾಡುವಾಗ ಈ ಭಂಗಿ ಬಳಕೆ ಆಗುತ್ತದೆ

ಚಿತ್ರ 38 – ಒತ್ತಡ ಹೊರಹಾಕುವ ಭಂಗಿ.

(ಚಿತ್ರ 38). ಒತ್ತಡದಲ್ಲಿ ಮಾನಸಿಕ ಅಸುರಕ್ಷತೆಯನ್ನು ನಿವಾರಿಸಲು ಈ ಭಂಗಿ ಸೂಕ್ತ.

ರಾಜಕಾರಣಿಗಳು, ಮಾರಾಟ ಪ್ರತಿನಿಧಿಗಳು, ಚಲನಚಿತ್ರ ನಟ–ನಟಿಯರು... ಮತ್ತಿತರರು ತಮ್ಮ ದೌರ್ಬಲ್ಯವನ್ನು ಮುಚ್ಚಿಕೊಳ್ಳಲು ತೋಳು ಕಟ್ಟಿಕೊಂಡ ಭಂಗಿಯನ್ನು ನಕಲು ಮಾಡುತ್ತಾರೆ. ಕೈಚೀಲ, ಮೊಬೈಲ್, ವಾಚ್‌ಅನ್ನು ಒಂದು ಕೈ ಸ್ಪರ್ಶಿಸುತ್ತಿರುತ್ತದೆ. ಇಲ್ಲವೇ ಇನ್ನೊಂದು ಕೈ ಬಳಿ ಇರಿಸಿಕೊಳ್ಳುತ್ತಾರೆ. ಇದರಿಂದ ದೇಹದ ಮುಂದೆ ಅಡೆತಡೆಯೊಂದು ನಿರ್ಮಾಣವಾಗುತ್ತದೆ. ಕೆಲವರು ತಮ್ಮ ಬಟ್ಟೆ ಸರಿಪಡಿಸಿಕೊಳ್ಳುತ್ತಾರೆ, ಕೈಗಡಿಯಾರದ ಪಟ್ಟಿಯನ್ನು ಮುಟ್ಟುತ್ತಾರೆ, ಪರ್ಸ್‌ಅನ್ನು ಪರಿಶೀಲಿಸುತ್ತಾರೆ, ಅಂಗೈಯನ್ನು ಉಜ್ಜುತ್ತಾರೆ. ಈ ಮೂಲಕ ದೇಹದ ಎದುರು ತೋಳುಗಳು ಇರುವಂತೆ ನೋಡಿಕೊಳ್ಳುತ್ತಾರೆ. ಇಂಥ ಕ್ರಿಯೆಗಳು ಮಹಿಳೆಯರಲ್ಲಿ ಹೆಚ್ಚು. ಬಹುತೇಕರು ಒತ್ತಡ ಸನ್ನಿವೇಶದಲ್ಲಿ ಅಪ್ರಜ್ಞಾಪೂರ್ವಕವಾಗಿ ಇಂಥ ಭಂಗಿ ಬಳಸುತ್ತಾರೆ.

❑

7

ಹಸ್ತದಿಂದ ಮುಖ ಸಂಜ್ಞೆಗಳು

ಬಾಲ್ಯದಲ್ಲಿ ಪೋಷಕರು, ಶಿಕ್ಷಕರು ಮತ್ತು ಹಿರಿಯರಿಂದ ನಾವು ಪ್ರಭಾವಿತರಾಗಿರು ತ್ತೇವೆ. ನಮ್ಮನ್ನು ಪ್ರಭಾವಿಸಿದವರ ದೇಹಭಾಷೆ–ಸಂಜ್ಞೆಗಳನ್ನು ನಾವೂ ಬಳಸ ಲಾರಂಭಿಸುತ್ತೇವೆ. ಹಸ್ತ–ಮುಖ ಸಂಜ್ಞೆಗಳು ಕೂಡಾ ನಮಗೆ ಬೇರೆಯವರಿಂದ ಬರುತ್ತವೆ. ಆದರೆ, ಸುಳ್ಳನ್ನು ಆಡಿದಾಗ, ಕೇಳಿದಾಗ ಇಲ್ಲವೇ ವಂಚನೆಯ ಕೆಲಸದಲ್ಲಿ ತೊಡಗಿಕೊಂಡಾಗ, ನಮ್ಮ ಸಂಜ್ಞೆಗಳ ಮೂಲಕ ನಮ್ಮ ಅಭದ್ರತೆ ಪ್ರಕಟಗೊಳ್ಳುತ್ತದೆ. ಕಣ್ಣಿಗೆ ಕಣ್ಣು ಕೂಡಿಸಿ, ಕಾದಾಟಕ್ಕೆ ನಾವು ಮುಂದಾಗು ವುದಿಲ್ಲ. ಬಾಯಿಯನ್ನು ಸ್ಪರ್ಶಿಸುವ, ಕಣ್ಣು, ಮೂಗು, ಇಲ್ಲವೇ ಕಿವಿಯನ್ನು ಕೈಯಿಂದ ಮುಟ್ಟುವ ಮೂಲಕ ಪ್ರತಿಕ್ರಿಯಿಸುತ್ತೇವೆ. ಆದರೆ, ಪ್ರಬುದ್ಧರಾದಂತೆ ನಾವು ಬಳಸುವ ಸಂಜ್ಞೆಗಳು ಪರಿಷ್ಕಾರಗೊಳ್ಳುತ್ತವೆ. ಸುಳ್ಳೊಂದನ್ನು ಹೇಳಿದಾಗ ಕೈ ತನ್ನಿಂತಾನೇ ಮುಖವನ್ನು ಮುಟ್ಟುತ್ತದೆ. ಬೇರೆಬೇರೆ ಸನ್ನಿವೇಶಗಳಲ್ಲಿ ಬೇರೆಯದೇ ಆದ ಹಸ್ತ–ಮುಖ ಸಂಜ್ಞೆಗಳನ್ನು ಬಳಸುತ್ತೇವೆ ಎಂದು ಅಧ್ಯಯನಗಳು ಹೇಳಿವೆ.

ಕೈಯಿಂದ ಬಾಯಿಯನ್ನು ಮರೆ ಮಾಡುವುದು

ಬಾಯಿಯಿಂದ ಬಂದ ಸುಳ್ಳನ್ನು ಮರೆಮಾಚಲು ಈ ಸಂಜ್ಞೆ ಬಳಕೆ ಆಗುತ್ತದೆ. ಈ ಸಂಜ್ಞೆಯಲ್ಲಿ ಬಾಯಿಯನ್ನು ಕೈ ಭಾಗಶಃ ಮುಚ್ಚುತ್ತದೆ ಹಾಗೂ ಹೆಬ್ಬೆರಳು ಕೆನ್ನೆಯ ಮೇಲೆ ಇರುತ್ತದೆ. ಕೆಲವೊಮ್ಮೆ ಬಾಯಿಯನ್ನು ಮರೆಮಾಡಲು ಬೆರಳು ಇಲ್ಲವೇ ಮುಷ್ಟಿಯನ್ನು ಬಳಸಬಹುದು. ಮಾತನ್ನಾಡುವಾಗ ಈ ಸಂಜ್ಞೆಗಳನ್ನು ಬಳಸುವವರು ಸುಳ್ಳರು. ಆದರೆ, ಕೇಳುಗ ಇದೇ ಸಂಜ್ಞೆಯನ್ನು ಮಾಡಿದಲ್ಲಿ ಆತ ಸುಳ್ಳನ್ನು

ಅರಗಿಸಿಕೊಳ್ಳುತ್ತಿಲ್ಲ ಎಂದರ್ಥ. ಗುಂಪೊಂದನ್ನು ಉದ್ದೇಶಿಸಿ ಮಾತನಾಡುವಾಗ ಕೇಳುಗರು ಈ ಸಂಜ್ಞೆ ಪ್ರದರ್ಶಿಸಿದಲ್ಲಿ, ಭಾಷಣಕಾರ ತನ್ನ ಮಾತನ್ನು ಯಾರೂ ನಂಬುತ್ತಿಲ್ಲ ಎಂದು ತಿಳಿದುಕೊಳ್ಳಬೇಕಾಗುತ್ತದೆ.

ಮೂಗಿನ ಸ್ಪರ್ಶ

ಇದು 'ಬಾಯಿಯನ್ನು ಮರೆ ಮಾಡಿದ ಕೈ' ಸಂಜ್ಞೆಯ ಸುಧಾರಿತ ರೂಪ. ಕೆಲವರು ಮೂಗಿನ ಕೆಳಭಾಗವನ್ನು ಉಜ್ಜಿಕೊಳ್ಳುವುದಿದೆ. ಮನಸ್ಸಿನಲ್ಲಿ ನಕಾರಾತ್ಮಕ ಆಲೋಚನೆ ಬಂದ ತಕ್ಷಣ ಬಾಯಿಯನ್ನು ಮರೆಮಾಡುವುದು ಇಲ್ಲವೇ ಮೂಗನ್ನು ಮುಚ್ಚಿಕೊಳ್ಳಲಾಗುತ್ತದೆ. ಇದನ್ನೂ ಭಾಷಣಕಾರರು ಬಳಸಿಕೊಳ್ಳುತ್ತಾರೆ. ಭಾಷಣಕಾರನ ಮಾತನ್ನು ನಂಬದ ಪ್ರೇಕ್ಷಕರು ಕೂಡಾ ಇದೇ ಸಂಜ್ಞೆ ಬಳಸುತ್ತಾರೆ (ಚಿತ್ರ 39).

ಚಿತ್ರ 39 – ನನಗೇನೋ ಅನುಮಾನ.

ಕಣ್ಣನ್ನು ಉಜ್ಜುವುದು

ಇದು 'ಕೆಟ್ಟದ್ದನ್ನು ನೋಡುವುದಿಲ್ಲ' ಸಂಜ್ಞೆ. ಈ ಮೂಲಕ ಮಿದುಳು ವಂಚನೆ, ಸಂಶಯ ಇಲ್ಲವೇ ಸುಳ್ಳನ್ನು ಮರೆಮಾಡಲು ಯತ್ನಿಸುತ್ತದೆ. ಸುಳ್ಳು ಹೇಳುತ್ತಿರುವ ವ್ಯಕ್ತಿ ಕೇಳುತ್ತಿರುವವನ ಮುಖವನ್ನು ನೋಡದಿರಲು ಈ ಸಂಜ್ಞೆಯನ್ನು ಬಳಸುವುದಿದೆ. ಕಣ್ಣನ್ನು ಉಜ್ಜುವುದು ಮಹಿಳೆಯರಲ್ಲಿ ಹೆಚ್ಚು. ಒಂದೊಮ್ಮೆ ತೀವ್ರ ಅಸಮಾಧಾನ ವಾದರೆ, ಕೇಳುಗನನ್ನು ನೋಡುವುದನ್ನೇ ನಿಲ್ಲಿಸುವುದೂ ಇದೆ (ಚಿತ್ರ 40).

ಚಿತ್ರ 40 – ಕೆಟ್ಟದನ್ನು ನೋಡುವುದಿಲ್ಲ.

ಕಿವಿ ಉಜ್ಜುವುದು

ಸುಳ್ಳು ಕೇಳುವುದನ್ನು ತಡೆಯಲು ಕಿವಿ ಸುತ್ತ ಇಲ್ಲವೇ ಮೇಲೆ ಕೈ ಇಡಲಾಗುತ್ತದೆ (ಚಿತ್ರ 41). ಕೆಲವೊಮ್ಮೆ ತೀವ್ರ ಒತ್ತಡದಲ್ಲಿರುವವರು ಪೆನ್, ಪೆನ್ಸಿಲ್, ಉಗುರು ಮತ್ತಿತರ ವಸ್ತುಗಳನ್ನು ಬಾಯಿಯಲ್ಲಿ ಹಾಕಿಕೊಳ್ಳುತ್ತಾರೆ (ಚಿತ್ರ 42).

ಚಿತ್ರ 41– ಇದು ಪ್ರಾಯಶಃ ಸುಳ್ಳು.

ಚಿತ್ರ 42 – ನನ್ನ ಸಮಸ್ಯೆಗೆ ಪರಿಹಾರ ಏನು ?

ಕುತ್ತಿಗೆ ಕೆರೆದುಕೊಳ್ಳುವುದು

ಈ ಸಂಜ್ಞೆಯಲ್ಲಿ ವ್ಯಕ್ತಿ ಕುತ್ತಿಗೆಯ ಬದಿ ಇಲ್ಲವೇ ಕಿವಿಯ ಕೆಳಭಾಗವನ್ನು ತನ್ನ ತೋರುಬೆರಳಿನಿಂದ 5ಕ್ಕಿಂತ ಹೆಚ್ಚು ಬಾರಿ ಕೆರೆದುಕೊಳ್ಳುತ್ತಾನೆ. ಇದು ಸಂಶಯ ಹಾಗೂ ಸಂದಿಗ್ಧತೆಯ ಸೂಚನೆ (ಚಿತ್ರ 43).

ಚಿತ್ರ 43 – ಏನು ಮಾಡಲಿ ನಾನು ?

ಚಿತ್ರ 44 – ದರಿದ್ರ ಕಾರು, ಸರಿಯಾದ ಸಮಯದಲ್ಲಿ ಕೈಕೊಟ್ಟಿತು.

ಕಾಲರ್ ಎಳೆದುಕೊಳ್ಳುವುದು

ಕೆಲವರು ಸುಳ್ಳು ಹೇಳಿದಾಗ, ತಮಗೆ ಗೊತ್ತಿಲ್ಲದಂತೆ ಕಾಲರ್ ಎಳೆದುಕೊಳ್ಳುತ್ತಾರೆ. ಕೆಲವೊಮ್ಮೆ ಈ ಸಂಜ್ಞೆ ವ್ಯಕ್ತಿಯ ಹತಾಶೆ ಇಲ್ಲವೇ ಸಿಟ್ಟಿನ ರೂಪವೂ ಆಗಿರಬಹುದು. ಕಾಲರ್ ಎಳೆದುಕೊಳ್ಳುವುದರಿಂದ ತಂಪಾದ ಗಾಳಿ ಅಲ್ಲಿ ಸಂಚರಿಸುತ್ತದೆ (ಚಿತ್ರ 44).

ಕೆನ್ನೆ–ಗದ್ದದ ಸಂಜ್ಞೆಗಳು

ಕೇಳುಗ ಗದ್ದಕ್ಕೆ ಕೈಯನ್ನು ಕೊಟ್ಟ ಎಂದಾದರೆ, ಆತನಿಗೆ ಬೋರ್ ಹೊಡೆಯುತ್ತಿದೆ ಎಂದರ್ಥ (ಚಿತ್ರ 45). ಕೇಳುಗ ಕುಳಿತಲ್ಲೇ ನಿದ್ರೆ ಹೋಗುವುದು ಈ ಸ್ಥಿತಿಯ ಅಂತಿಮ ಘಟ್ಟ. ಮೇಜಿನ ಮೇಲೆ ಬೆರಳಿನಿಂದ ಬಡಿಯುವುದು, ಕಾಲಿನಿಂದ ನೆಲವನ್ನು ತಟ್ಟುವುದು–ಇವೆಲ್ಲ ಕೇಳುಗನ ತಾಳ್ಮೆ ಕಡಿಮೆ ಆಗುತ್ತಿರುವ ಸೂಚನೆ. ತಟ್ಟುವಿಕೆಯ ವೇಗ ಹೆಚ್ಚಿದಂತೆ, ಆತನ ತಾಳ್ಮೆ ಕಡಿಮೆಯಾಗುತ್ತ ಹೋಗುತ್ತದೆ.

ಕೇಳುಗ ತನ್ನ ಮುಚ್ಚಿದ ಕೈಯನ್ನು ಕೆನ್ನೆಯ ಮೇಲಿಟ್ಟುಕೊಂಡು, ಆತನ ತೋರುಬೆರಳು ಮೇಲ್ಮುಖವಾಗಿದ್ದರೆ, ಆತ ಭಾಷಣಕಾರನ ಮಾತಿನಲ್ಲಿ ತೀವ್ರ ಆಸಕ್ತಿ ಹೊಂದಿದ್ದಾನೆ (ಚಿತ್ರ 46) ಎಂದರ್ಥ. ಯಾವಾಗ ಕೇಳುಗನ ಕೈ ತಲೆಯನ್ನು ಹಿಡಿದೆತ್ತಲು ಬಳಕೆಯಾಗುತ್ತದೋ, ಆತನ ಆಸಕ್ತಿ ಕಡಿಮೆಯಾಗುತ್ತದೆ ಎಂದರ್ಥ. ಕೆನ್ನೆ ಮೇಲೆ ಕೈ ಇರುವವರೆಗೆ ಆಸಕ್ತಿ ಉಳಿದಿರುತ್ತದೆ. ಕೇಳುಗನ ತೋರುಬೆರಳು ಕೆನ್ನೆಯ

ಚಿತ್ರ 45 – ಯಾವಾಗ ಬಾಯಿ ಮುಚ್ಚುವೆಯೋ, ಮಹಾರಾಯ !

ಮೇಲೆ ಲಂಬವಾಗಿದ್ದು, ಹೆಬ್ಬೆರಳು ಗದ್ದದ ಮೇಲಿದ್ದರೆ, ಆತ ಭಾಷಣಕಾರನ ಮಾತನ್ನು ನಂಬುತ್ತಿಲ್ಲ ಎಂದಾಗುತ್ತದೆ. ಭಾಷಣಕಾರ ಜಾಣನಾದರೆ ತಕ್ಷಣ ತನ್ನ ರೀತಿ ಬದಲಿಸಿ, ಮಾತು ಆಸಕ್ತಿ ಹುಟ್ಟಿಸುವಂತೆ ಮಾಡಬೇಕು. ಒಂದು ವೇಳೆ ಕೇಳುಗ ಗದ್ದವನ್ನು ತಟ್ಟಲಾರಂಭಿಸಿದರೆ, ಆತ ನಿರ್ಧಾರವೊಂದನ್ನು ತೆಗೆದುಕೊಳ್ಳುತ್ತಿದ್ದಾನೆ ಎಂದಾಗುತ್ತದೆ

ಚಿತ್ರ 46 – ಬಹಳ ಚೆನ್ನಾಗಿ ಮಾತಾಡುತ್ತಾನೆ.

ಚಿತ್ರ 47 – ಏನು ಮಾಡಬೇಕು ಎನ್ನುವುದು ಗೊತ್ತಾಯಿತು.

(ಚಿತ್ರ 47). ಆತ ತೋಳು–ಕಾಲುಗಳನ್ನು ಒಂದರ ಮೇಲೆ ಇನ್ನೊಂದನ್ನು ಹಾಕಿಕೊಂಡು, ಕುರ್ಚಿಯಲ್ಲಿ ಕುಳಿತರೆ, ಭಾಷಣಕಾರನ ಮಾತನ್ನು ಒಪ್ಪುತ್ತಿಲ್ಲ ಎಂದು ಅರ್ಥ.

ನಿರ್ಧಾರ ತೆಗೆದುಕೊಳ್ಳುವ ಸಂಜ್ಞೆಗಳು ಕೂಡಾ ವಿಭಿನ್ನವಾಗಿರುತ್ತವೆ. ಕನ್ನಡಕ ಧರಿಸುವವರು ಅದನ್ನು ತೆಗೆದು, ಫ್ರೇಮ್‌ನ ಒಂದು ತುದಿಯನ್ನು ಬಾಯಿಯಲ್ಲಿ ಇಟ್ಟುಕೊಂಡರೆ, ಅವರು ಒಂದು ನಿರ್ಧಾರಕ್ಕೆ ಬಂದಿದ್ದಾರೆ ಎಂದರ್ಥ. ಪೈಪ್ ಸೇದುವಾತ ನಿರ್ಧಾರ ತೆಗೆದುಕೊಳ್ಳುವಾಗ ಪೈಪ್‌ನ್ನು ಬಾಯಿಯಲ್ಲಿ ಇಟ್ಟುಕೊಳ್ಳುತ್ತಾನೆ. ವ್ಯಕ್ತಿ ಕುತ್ತಿಗೆಯ ಹಿಂಭಾಗವನ್ನು ಅಂಗೈನಿಂದ ಉಜ್ಜುತ್ತಿದ್ದರೆ, ಆತ ಸುಳ್ಳು ಹೇಳುತ್ತಿದ್ದಾನೆ ಎಂದಾಗುತ್ತದೆ. ಜತೆಗೆ ಕೇಳುಗನ ದೃಷ್ಟಿ ತಪ್ಪಿಸಲು ಕೆಳಗೆ ನೋಡುತ್ತಾನೆ. ಕುತ್ತಿಗೆಯ ಹಿಂಭಾಗವನ್ನು ಮೊದಲಿಗೆ ತಟ್ಟಿ, ಬಳಿಕ ಉಜ್ಜಲಾರಂಭಿಸಿದರೆ, ಆಕೆ ಬೇಸರಗೊಂಡಿದ್ದಾಳೆ ಇಲ್ಲವೇ ಸಿಟ್ಟಾಗಿದ್ದಾಳೆ ಎಂದರ್ಥ (ಚಿತ್ರ 48). ಮಾಡಿದ ತಪ್ಪನ್ನು ಬೇರೊಬ್ಬರು ತೋರಿಸಿದಾಗ, ವ್ಯಕ್ತಿ ಹಣೆಯನ್ನು ತಟ್ಟಿಕೊಂಡರೆ, ತಪ್ಪಿನ ಬಗ್ಗೆ ತಾನು ಚಿಂತಿತನಾಗಿಲ್ಲ ಎಂದು ಹೇಳಿದಂತೆ. ಇದನ್ನೇ ಮಾತಿನಲ್ಲಿ ಹೇಳಬಹುದಾದರೆ, 'ಇಲ್ಲ, ಇಲ್ಲ, ಮತ್ತೊಮ್ಮೆ ಹೇಳಬೇಡ' (ಚಿತ್ರ 49) ಎಂದಾಗುತ್ತದೆ.

ಕಾಲಿನ ಸಂಜ್ಞೆಗಳು

ಕಾಲಿನ ಮೇಲೆ ಕಾಲು ಹಾಕಿಕೊಳ್ಳುವುದು ನಕಾರಾತ್ಮಕ ಸಂಜ್ಞೆ, ರಕ್ಷಣಾತ್ಮಕ ಸಂಜ್ಞೆ

ಚಿತ್ರ 48 – ತಲೆ ಕೆಟ್ಟುಹೋಗಿದೆ. ಏನು ಮಾಡಲಿ?

ಕೂಡಾ. ಕಾಲನ್ನು ಕಾಲ ಮೇಲೆ ಹಾಕಿಕೊಳ್ಳುವುದು ಗುಪ್ತಾಂಗವನ್ನು ಮುಚ್ಚಿಕೊಳ್ಳುವ ಪ್ರಯತ್ನ. ಬಹುತೇಕ ಹೆಣ್ಣುಮಕ್ಕಳು ಈ ಭಂಗಿಯನ್ನು ಬಳಸುತ್ತಾರೆ. ಮಹಿಳೆಯರ ವಿಷಯದಲ್ಲಿ ಈ ಸಂಜ್ಞೆಯನ್ನು ರಕ್ಷಣಾತ್ಮಕ ಎಂದು ಪರಿಗಣಿಸ ಬಾರದು. ಸಾಮಾನ್ಯವಾಗಿ ಬಲಗಾಲಿನ ಮೇಲೆ ಎಡಗಾಲನ್ನು ಹಾಕಲಾಗುತ್ತದೆ. ಕೆಲವು

ಚಿತ್ರ 49 – ಓಹ್, ಸಾಕು ನಿಲ್ಲಿಸು. ಮತ್ತೆ ಅದನ್ನೇ ಹೇಳಬೇಡ !

ಚಿತ್ರ 50 – ನನ್ನ ಲೋಕ ನನ್ನದು.

ದೇಶಗಳಲ್ಲಿ ಈ ಸಂಜ್ಞೆ ರಕ್ಷಣಾತ್ಮಕ ಎಂದು ಪರಿಗಣಿಸಲಾಗುತ್ತದೆ. ಆದರೆ, ಬಹುತೇಕ ಇದು ಬೆಂಬಲ ಸಂಜ್ಞೆ. ಒಂದೊಮ್ಮೆ ಕಾಲ ಮೇಲೆ ಕಾಲು ಹಾಕಿಕೊಳ್ಳುವ ಜತೆಗೆ ತೋಳುಗಳನ್ನು ಕಟ್ಟಿಕೊಂಡರೆ, ಸುತ್ತಮುತ್ತಲಿನ ಸಂಭಾಷಣೆಯಲ್ಲಿ ವ್ಯಕ್ತಿ ಆಸಕ್ತಿ ಕಳೆದುಕೊಂಡಿದ್ದಾನೆ ಎಂದಾಗುತ್ತದೆ (ಚಿತ್ರ 50, 51).

ಕಾಲುಗತ್ತರಿ ಭಂಗಿ (ಅಮೆರಿಕನ್ ಭಂಗಿ)

ಸ್ಪರ್ಧಾತ್ಮಕ ಹಾಗೂ ವಾದ ಮಾಡುವ ಸ್ವಭಾವದವರು ಕುಳಿತುಕೊಳ್ಳುವ ಭಂಗಿ ಇದು (ಚಿತ್ರ 52). ವಾದಿಸುತ್ತಿರುವ ವ್ಯಕ್ತಿ ಕಾಲುಗಳನ್ನು ಕತ್ತರಿಯಂತೆ ಹಾಕಿಕೊಂಡು, ಒಂದು ಅಥವಾ ಎರಡೂ ಕೈಯನ್ನು ಕಾಲಿನ ಮೇಲೆ ಇಟ್ಟುಕೊಳ್ಳುತ್ತಾನೆ. ಈ ಭಂಗಿ ಹಠವಾದಿ ಹಾಗೂ ಕಠಿಣ ಮನಸ್ಸಿನ ಪ್ರತೀಕ (ಚಿತ್ರ 53).

ಕಾಲುಗತ್ತರಿ ನಿಲುವು ಭಂಗಿ

ಉತ್ತಮ ಬಟ್ಟೆ ಧರಿಸಿದ ವ್ಯಕ್ತಿಯೊಬ್ಬ ಕೈಕಟ್ಟಿಕೊಂಡು, ಅಡ್ಡ ಕಾಲು ಹಾಕಿಕೊಂಡು ಗುಂಪೊಂದರಿಂದ ಸ್ವಲ್ಪ ದೂರದಲ್ಲಿ ನಿಂತಿದ್ದರೆ, ಗುಂಪಿನಲ್ಲಿರುವವರ ಜತೆ ಆತನಿಗೆ ಸಲಿಗೆ ಇಲ್ಲ ಎಂದಾಗುತ್ತದೆ. ಆದರೆ, ಅದೇ ವ್ಯಕ್ತಿ ಸ್ನೇಹಿತರ ಜತೆ ನಿಂತಾಗ, ಆತನ ನಿಲುವಿನಲ್ಲಿ ಬಹಳಷ್ಟು ಬದಲಾವಣೆ ಆಗುತ್ತದೆ. ಆತ ಕೋಟ್ ಇಲ್ಲವೇ ಜಾಕೆಟ್‌ನ ಗುಂಡಿಗಳನ್ನು ಬಿಚ್ಚುತ್ತಾನೆ, ಕಟ್ಟಿಕೊಂಡ ಕಾಲು–ಕೈಗಳನ್ನು ಮುಕ್ತಗೊಳಿಸು

ಚಿತ್ರ 51– ನಿನ್ನ ಬಗ್ಗೆ ತಲೆಕೆಡಿಸಿಕೊಳ್ಳುವುದಿಲ್ಲ.

ತ್ತಾನೆ. ಆತನ ಮುಂಗೈ ತೆರೆಯುತ್ತದೆ, ಒಂದು ಕಾಲಿನ ಮೇಲೆ ಒರಗಿಗೊಂಡು, ಇನ್ನೊಂದು ಸ್ನೇಹಿತರೆಡೆಗೆ ತಿರುಗಿಕೊಂಡಿರುತ್ತದೆ (ಚಿತ್ರ 54).

ಪಾದದ ಕೀಲುಗತ್ತರಿ ಭಂಗಿ

ಚಿತ್ರ 52 – ಸವಾಲು ಸ್ವೀಕರಿಸುತ್ತೇನೆ. ನೋಡಿಯೇ ಬಿಡೋಣ.

ಚಿತ್ರ 53 – ನಾನು ಹೇಳಿದ್ದೇ ಸರಿ.

ಪಾದ ಮತ್ತು ಮೊಳಕಾಲಿನ ಕೀಲನ್ನು ಒಂದಕ್ಕೊಂದು ಕತ್ತರಿ ಹಾಕಿಕೊಳ್ಳು ವುದು ರಕ್ಷಣಾತ್ಮಕ ಭಂಗಿ (ಚಿತ್ರ 55). ಮುಷ್ಟಿಯನ್ನು ತೊಡೆಯ ಮೇಲೆ ಇಲ್ಲವೇ ಕುರ್ಚಿಯ ತೋಳನ್ನು ಕೈಗಳಿಂದ ಗಟ್ಟಿಯಾಗಿ ಹಿಡಿದುಕೊಳ್ಳುವುದು (ಚಿತ್ರ 56) ಹಾಗೂ ಮಹಿಳೆಯರು ಮೊಳಕಾಲನ್ನು ಒಟ್ಟಾಗಿ ಇಟ್ಟುಕೊಂಡು ಕೈಗಳನ್ನು ಎರಡೂ ಬದಿ

ಚಿತ್ರ 54 – ನಾವು ಸ್ನೇಹಿತರಲ್ಲವೇ ?

ಚಿತ್ರ 55 – ನನ್ನ ವಲಯ ಪ್ರವೇಶಿಸಬೇಡ.

ಇಲ್ಲವೇ ಒಂದರ ಮೇಲೆ ಒಂದನ್ನು ಇಟ್ಟುಕೊಂಡು ಕುಳಿತುಕೊಳ್ಳುತ್ತಾರೆ (ಚಿತ್ರ 57). ನ್ಯಾಯಾಲಯ, ಸಂದರ್ಶನ ಕೊಠಡಿ ಇಲ್ಲವೇ ಪೊಲೀಸ್ ವಿಚಾರಣೆ ವೇಳೆ ಈ ಭಂಗಿಯನ್ನು ಕಾಣಬಹುದು.

ಪಾದಗತ್ತರಿ ಭಂಗಿ

ಚಿತ್ರ 56 – ರಕ್ಷಣಾತ್ಮಕ ಮನಸ್ಥಿತಿ.

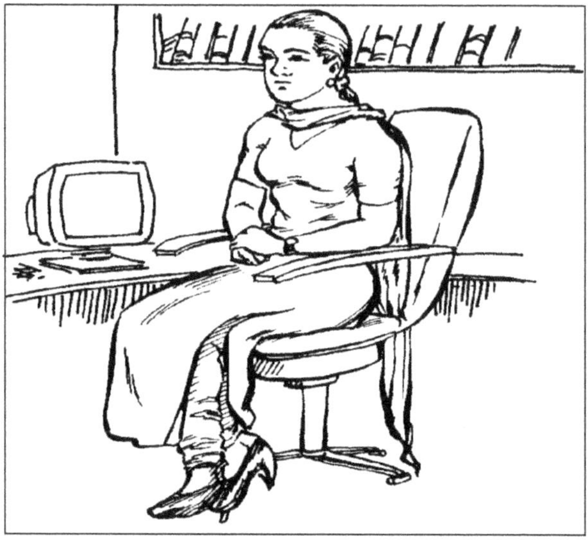

ಚಿತ್ರ 57 – ರಕ್ಷಣಾತ್ಮಕ ಭಂಗಿ.

ಒಂದು ಪಾದವನ್ನು ಮೊಳಕಾಲ ಹಿಂಭಾಗ ಇರಿಸಿಕೊಳ್ಳುವ ರಕ್ಷಣಾತ್ಮಕ ಭಂಗಿ. ನಾಚಿಕೆ ಸ್ವಭಾವದ ಹೆಣ್ಣುಮಕ್ಕಳಲ್ಲಿ ಈ ಭಂಗಿ ಸಾಮಾನ್ಯ (ಚಿತ್ರ 58, 59).

ದೇಹವನ್ನು ಬಗ್ಗಿಸುವುದು

ಚಿತ್ರ 58 – ನಿಂತ ನಿಲುವು.

ಚಿತ್ರ 59 – ಕುಳಿತ ನಿಲುವು.

ಬಗ್ಗಿ ನಮಸ್ಕರಿಸುವುದು ಹಾಗೂ ತಲೆ ಬಾಗಿಸುವುದು ಗೌರವದ ಸಂಕೇತ. ಬಹಳಷ್ಟು ಮಂದಿ ತಲೆ ಬಗ್ಗಿಸಿ, ಇಲ್ಲವೇ ಹ್ಯಾಟ್ ತೆಗೆದು ಇನ್ನೊಬ್ಬರನ್ನು ಸ್ವಾಗತಿಸುತ್ತಾರೆ. ನಮಸ್ಕಾರ ಕೂಡಾ ಇದೇ ಗುಂಪಿಗೆ ಸೇರುತ್ತದೆ. ನಿಮ್ಮ ಮನೆ, ಕಚೇರಿ ಇಲ್ಲವೇ ಊರಿನಲ್ಲಿ ನಿಮ್ಮ ಮಾತೇ ಅಂತಿಮ. ಆದರೆ ಇನ್ನೊಬ್ಬರ ಸ್ಥಳ, ಮನೆಗೆ ಹೋದಾಗ, ಇದು ತಿರುವು ಮುರುವಾಗುತ್ತದೆ. ಬೇರೆಯವರ ಮನೆಗೆ ಹೋದಾಗ, ಆರಾಮದಾಯಕ ಎನ್ನಿಸುವ ಕುರ್ಚಿಯಲ್ಲಿ ಕೂರುವ ಮೂಲಕ ಮೇಲುಗೈ ಸಾಧಿಸಬಹುದು.

ವಕೀಲರು, ವೈದ್ಯರು, ಚಾರ್ಟರ್ಡ್ ಅಕೌಂಟೆಂಟ್‌ಗಳು ತಮ್ಮ ಗ್ರಾಹಕನ ಮನೆ ಇಲ್ಲವೇ ಕಚೇರಿಗೆ ಸಾಮಾನ್ಯವಾಗಿ ಹೋಗುವುದಿಲ್ಲ. ತಮ್ಮ ಘನತೆಗೆ ಕುಂದಾಗುತ್ತದೆ ಹಾಗೂ ಸೂಕ್ತ ಶುಲ್ಕ ವಿಧಿಸಲು ಸಾಧ್ಯವಾಗುವುದಿಲ್ಲ ಎಂಬುದು ಇದಕ್ಕೆ ಕಾರಣ.

❑

8

ಮುನ್ಸೂಚನೆ ಗ್ರಹಿಸುವಿಕೆ

ಕೆಲವೊಮ್ಮೆ ನೀವು ಮಾತಾಡುತ್ತಿರುವ ವ್ಯಕ್ತಿ 'ಮಾತಿನಲ್ಲಿ ಆಸಕ್ತಿ ತೋರಿಸುತ್ತಿಲ್ಲ, ಸ್ಥಳ ಖಾಲಿ ಮಾಡಲು ಯತ್ನಿಸುತ್ತಿದ್ದಾನೆ' ಎನ್ನಿಸಬಹುದು. ಆತ ತನ್ನ ದೇಹ ಇಲ್ಲವೇ ಕಾಲನ್ನು ಬಾಗಿಲಿನ ಕಡೆಗೆ ತಿರುಗಿಸಿರುವುದು ನೀವು ಗಮನಿಸಿದರೆ ಕಾಣುತ್ತದೆ.

ಇದಕ್ಕೆ ವ್ಯತಿರಿಕ್ತವಾಗಿ, ಮಾತುಕತೆಯಲ್ಲಿ ಆಸಕ್ತಿ ಇರುವ ವ್ಯಕ್ತಿ ತನ್ನ ದೇಹವನ್ನು ಮಾತನ್ನಾಡುತ್ತಿರುವವನ ಕಡೆಗೆ ತಿರುಗಿಸುತ್ತಾನೆ. ಇಬ್ಬರು ವ್ಯಕ್ತಿಗಳ ನಡುವಿನ ಆಪ್ತತೆಯು ಅವರಿಬ್ಬರ ನಡುವಿನ ದೂರವನ್ನು ಅವಲಂಬಿಸಿದೆ. ಇಬ್ಬರು ತಮ್ಮ ದೇಹವನ್ನು ಯಾವ ಕೋನದಲ್ಲಿ ಇರಿಸಿಕೊಂಡಿದ್ದಾರೆ ಎಂಬುದು ಅವರ ಮನಸ್ಥಿತಿ ಹಾಗೂ ಸಂಬಂಧಗಳ ಕುರಿತು ಸುಳಿವು ನೀಡಬಲ್ಲದು.

ಮುಕ್ತ ರಚನೆ

ಕೆಲವು ದೇಶಗಳಲ್ಲಿ ದಿನನಿತ್ಯದ ಕೆಲಸದ ವೇಳೆ ತಮ್ಮ ದೇಹವನ್ನು 90 ಡಿಗ್ರಿ ಕೋನದಲ್ಲಿ ಇರಿಸಿಕೊಂಡು ನಿಂತಿರುತ್ತಾರೆ. ಮೂವರು ಮಾತನ್ನಾಡುತ್ತಿದ್ದಾಗ, ಅಲ್ಲಿ ತ್ರಿಭುಜವೊಂದು ರಚನೆ ಆಗುತ್ತದೆ. ನಾಲ್ಕನೆಯವ ಸೇರಿದಾಗ ಚೌಕ ಆಗುತ್ತದೆ. ಜನರ ಸಂಖ್ಯೆ ಹೆಚ್ಚಿದಂತೆ, ವೃತ್ತಾಕಾರ ಇಲ್ಲವೇ ಎರಡು ತ್ರಿಕೋನ ರಚನೆಯಾಗುತ್ತದೆ.

ಮುಚ್ಚಿದ ರಚನೆ

ಸಂಭಾಷಣೆಯಲ್ಲಿ ನಿರತರಾದ ಇಬ್ಬರ ಶರೀರದ ಮೇಲ್ಭಾಗದ ನಡುವಿನ ಕೋನ 90 ರಿಂದ ಶೂನ್ಯಕ್ಕೆ ಇಳಿದರೆ, ಅವರಿಬ್ಬರು ಆತ್ಮೀಯರು ಎಂದಾಗುತ್ತದೆ. ಇದು ಮುಚ್ಚಿದ ರಚನೆ. ಪುರುಷನೊಬ್ಬ ಮಹಿಳೆಯನ್ನು ಆಕರ್ಷಿಸಬೇಕೆಂದರೆ ತನ್ನ

ದೇಹವನ್ನು ಆಕೆಯೆಡೆಗೆ ತಿರುಗಿಸುತ್ತಾನೆ ಹಾಗೂ ನಡುವಿನ ಅಂತರವನ್ನು ಕಡಿಮೆ ಗೊಳಿಸಲು ಯತ್ನಿಸುತ್ತಾನೆ. ಆಕೆ ಆತನಿಂದ ಆಕರ್ಷಿತಳಾದರೆ, ತನ್ನ ಖಾಸಗಿ ವಲಯ ಪ್ರವೇಶಿಸಲು ಬಿಡುತ್ತಾಳೆ. ಇಬ್ಬರು ವಿರೋಧಿಗಳ ನಡುವೆಯೂ ಇಂಥ ರಚನೆ ಸಾಧ್ಯವಿದೆ. ಮುಚ್ಚಿದ ರಚನೆಯಲ್ಲಿ ವ್ಯಕ್ತಿಗಳ ನಡುವಿನ ಅಂತರ ಕಡಿಮೆ ಇರುತ್ತದೆ.

ಮೂವರ ನಡುವೆ ಸಂಭಾಷಣೆ ತೆರೆದ ತ್ರಿಭುಜ ರಚನೆಯಲ್ಲಿ ಆರಂಭ ವಾಗುವುದಿದೆ (ಚಿತ್ರ 60). ಆದರೆ, ಇಬ್ಬರು ಮುಚ್ಚಿದ ರಚನೆ ನಿರ್ಮಿಸಿಕೊಂಡಿದ್ದರೆ, ಅವರಿಗೆ ಮೂರನೆಯವರನ್ನು ಸೇರಿಸಿಕೊಳ್ಳಲು ಇಷ್ಟವಿಲ್ಲ ಎಂದು ಪರಿಗಣಿಸ ಬೇಕಾಗುತ್ತದೆ. ಅಂಥ ಸಂದರ್ಭದಲ್ಲಿ ಆ ಇಬ್ಬರು ತಮ್ಮ ತಲೆಯನ್ನು 3ನೆಯ ವ್ಯಕ್ತಿಯ ಕಡೆಗೆ ತಿರುಗಿಸುತ್ತಾರೆಯೇ ಹೊರತು ಶರೀರದ ಮೇಲ್ಭಾಗವನ್ನಲ್ಲ (ಚಿತ್ರ 61). ಈ ಸಂಜ್ಞೆ ಮೂರನೆಯಾತನಿಗೆ ಪ್ರವೇಶವಿಲ್ಲ ಎಂಬುದರ ಸ್ಪಷ್ಟ ಸೂಚನೆ.

ವ್ಯಕ್ತಿಯೊಬ್ಬ ತನ್ನ ಮೊಳಕಾಲನ್ನು ಇನ್ನೊಬ್ಬನೆಡೆಗೆ ತಿರುಗಿಸಿದರೆ, ಆ ವ್ಯಕ್ತಿ ಬಗ್ಗೆ ಆಸಕ್ತಿ ಇದೆ ಎಂಬುದರ ಸೂಚನೆ. ಎರಡನೆಯಾತನೂ ಇದೇ ಸಂಜ್ಞೆ ಪ್ರದರ್ಶಿಸಿದರೆ, ಇಬ್ಬರಲ್ಲೂ ಆಸಕ್ತಿ ಇದೆ ಎಂದಾಗುತ್ತದೆ. ಇಬ್ಬರ ನಡುವೆ ಮುಚ್ಚಿದ ರಚನೆಯೊಂದು ನಿರ್ಮಾಣಗೊಂಡು, ಉಳಿದವರು ಇದರಿಂದ ಹೊರತಾಗುತ್ತಾರೆ. ಮೂರನೇ ವ್ಯಕ್ತಿಯೊಬ್ಬ ಮಾತುಕತೆಯಲ್ಲಿ ಪಾಲ್ಗೊಳ್ಳಬೇಕಿದ್ದರೆ, ಇಬ್ಬರ ಎದುರು ಕುರ್ಚಿ ಹಾಕಿ ಕುಳಿತುಕೊಂಡು ತ್ರಿಕೋನ ರಚನೆ ಇಲ್ಲವೇ ಇಬ್ಬರ ನಡುವಿನ ಮುಚ್ಚಿಟ್ಟ

ಚಿತ್ರ 60 – ನಮ್ಮ ಗುಂಪಿಗೆ ಸ್ವಾಗತ.

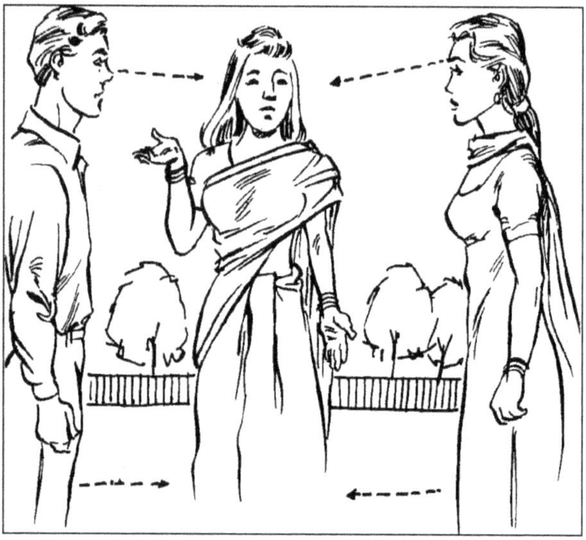

ಚಿತ್ರ 61 – ನಮ್ಮ ನಡುವೆ ನಿನಗೆ ಪ್ರವೇಶವಿಲ್ಲ.

ರಚನೆಯನ್ನು ಮುರಿಯಬೇಕಾಗುತ್ತದೆ. ಆಗ ಮಾತ್ರ ಇಬ್ಬರ ಮಾತುಕತೆಯಲ್ಲಿ ಮೂರನೆಯಾತ ಪಾಲ್ಗೊಳ್ಳಬಹುದು.

ಕಾಲಿನ ಗುರಿ

ಯಾವ ವ್ಯಕ್ತಿಯೆಡೆಗೆ ಕಾಲು ಗುರಿ ಮಾಡಲ್ಪಟ್ಟಿರುತ್ತದೋ, ಆತ ಆಕರ್ಷಣೆಯ ಬಿಂದುವಾಗಿರುತ್ತಾನೆ. ಮೂವರು ಕುಳಿತು ಮಾತನ್ನಾಡುತ್ತಿದ್ದು ನಾಲ್ಕನೆಯವನು ಮೂಕನಂತೆ ನಿಂತಿರುವ ಸಂದರ್ಭದಲ್ಲಿ ಕುಳಿತ ಮೂವರೂ ತಮ್ಮ ಕಾಲನ್ನು ನಿಂತವನ ದಿಕ್ಕಿನಲ್ಲಿ ಚಾಚಬೇಕು. ಇದರಿಂದ ತಾನು ನಿರ್ಲಕ್ಷಿತನಲ್ಲ ಎಂಬ ಭಾವನೆ ನಾಲ್ಕನೆಯವನಲ್ಲಿ ಬರುತ್ತದೆ. ಇದರಿಂದ ಆತ ಗುಂಪಿನಲ್ಲೇ ಉಳಿಯುತ್ತಾನೆ.

ಕುಳಿತ ಭಂಗಿಗಳು

ನೀವು ಜತೆಗಾರನೊಬ್ಬನನ್ನು ಪ್ರಶ್ನೆ ಕೇಳಬೇಕೆಂದಿದ್ದರೆ ಇಲ್ಲವೇ ವಿಚಾರಣೆ ನಡೆಸಬೇಕೆಂದಿದ್ದರೆ, ಆತ ಕೈಊರಲು ಅವಕಾಶವಿಲ್ಲದ ಕುರ್ಚಿ ಇಲ್ಲವೇ ಸ್ಟೂಲ್ ಮೇಲೆ ಕೂರುವಂತೆ ಮಾಡಬೇಕು. ನೀವು ತಿರುಗುಕುರ್ಚಿಯಲ್ಲಿ ಆರಾಮವಾಗಿ ಕುಳಿತುಕೊಳ್ಳಬೇಕು. ವಿಚಾರಣೆಗೆ ಕೆಳಗಿನ ಮೂರರಲ್ಲಿ ಒಂದು ಆಸನ ವ್ಯವಸ್ಥೆಯನ್ನು ಬಳಸಬಹುದು.

1. ಮುಕ್ತ ತ್ರಿಭುಜ ರಚನೆ: ವ್ಯಕ್ತಿ ನಿಮ್ಮೊಡನೆ ಸೌಹಾರ್ದ ಸಂಬಂಧ ಹೊಂದಿರಬೇಕು ಎಂಬುದು ನಿಮ್ಮ ಅಪೇಕ್ಷೆಯಾಗಿದ್ದಲ್ಲಿ ಈ ರಚನೆ ಸೂಕ್ತ (ಚಿತ್ರ 62).

ಚಿತ್ರ 62 – ಸೌಹಾರ್ದ ಸಂಬಂಧದ ಸೂಚನೆ

2. ಮುಖಾಮುಖಿ ರಚನೆ : ಆ ವ್ಯಕ್ತಿ ಮೇಲೆ ಒತ್ತಡ ಹೇರಬೇಕೆಂದಿದ್ದರೆ ಈ ರಚನೆ ಸೂಕ್ತ (ಚಿತ್ರ 63).

3. ದೃಷ್ಟಿ–ಕೋನ ರಚನೆ : ವ್ಯಕ್ತಿ ಸ್ವತಂತ್ರವಾಗಿ ಆಲೋಚಿಸಿ, ನಿರ್ಧಾರ ತೆಗೆದುಕೊಳ್ಳಲಿ ಎಂಬುದು ನಿಮ್ಮ ಅಪೇಕ್ಷೆಯಾಗಿದ್ದಲ್ಲಿ ಈ ರಚನೆ ಸೂಕ್ತವಾದುದು. ಇದರಲ್ಲಿ ನೀವು ಆತನ ಮೇಲೆ ಮಾತಿನ ಮೂಲಕ ಯಾವುದೇ ಒತ್ತಡ ಹೇರುವುದಿಲ್ಲ (ಚಿತ್ರ 64).

ಚಿತ್ರ 63 – ಒತ್ತಡ ಹೇರುವ ಭಂಗಿ.

ಚಿತ್ರ 64 – ಯೋಚಿಸಿ, ಸ್ವತಂತ್ರ ನಿರ್ಧಾರ ತೆಗೆದುಕೊ.

9

ಸರಹದ್ದು ಸೂಚಕ ಸಂಜ್ಞೆಗಳು

ನೀವು ವ್ಯಕ್ತಿ ಇಲ್ಲವೇ ವಸ್ತುವೊಂದರ ಮೇಲೆ ಒರಗಿದರೆ, ಆ ವಸ್ತು–ವ್ಯಕ್ತಿ ಮೇಲೆ ನೀವು ಹಕ್ಕು ಸ್ಥಾಪಿಸಿದ್ದೀರಿ ಎಂದರ್ಥ. ಒಂದೊಮ್ಮೆ ವಸ್ತು ಬೇರೆಯವರದ್ದಾಗಿದ್ದು, ನೀವು ಅದರ ಮೇಲೆ ಒರಗುವುದು ಮೇಲ್ಗೈ ಸಾಧಿಸಲು ಇಲ್ಲವೇ ಬೆದರಿಕೆ ಒಡ್ಡಲು. ಮಾಲೀಕ ಕಾರ್ ಮೇಲೆ ಒರಗುವುದು, ಕಾಲನ್ನು ಇಡುವುದು 'ಅದು ನನ್ನದು' ಎಂದು ಸಾರಲು (ಚಿತ್ರ 65). ಪ್ರೇಮಿಗಳು ಸಾರ್ವಜನಿಕ ಸ್ಥಳ ಇಲ್ಲವೇ ಸಾಮಾಜಿಕ ಕೂಟಗಳಲ್ಲಿ ಹೆಗಲ ಮೇಲೆ ಕೈ ಹಾಕಿಕೊಂಡು ಓಡಾಡುವುದು ತಾವು ನಿಕಟ

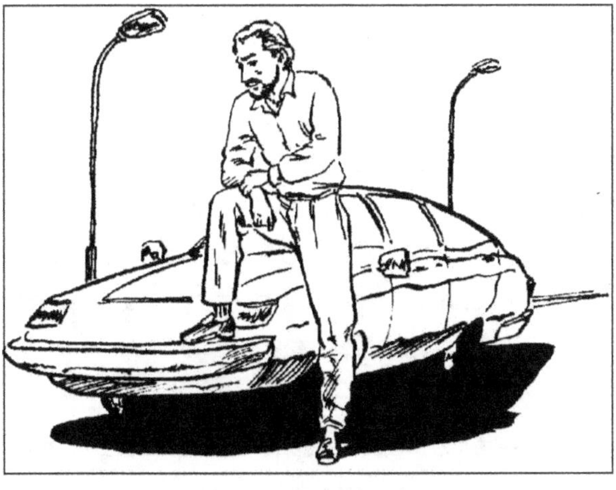

ಚಿತ್ರ 65 – ಇದು ನನ್ನ ಕಾರು !

ಚಿತ್ರ 66 – ಸುಮ್ಮನೆ ಗುರುಗುಟ್ಟುವುದು.

ಸಂಬಂಧ ಹೊಂದಿದ್ದೇವೆ ಎಂದು ಜಾಹೀರುಪಡಿಸಲು. ತಮ್ಮದಲ್ಲದ ವಸ್ತುವಿನ ಮೇಲೆ ಒರಗಿಕೊಂಡು, ಕುಳಿತುಕೊಂಡು ಇಲ್ಲವೇ ಬಳಸುವ ಮೂಲಕ ಆ ವಸ್ತುವಿನ ಮಾಲೀಕನನ್ನು ಕೆರಳಿಸಬಹುದು.

ಕೆಲವರು ಸದಾಕಾಲ ಗೋಡೆ–ಬಾಗಿಲನ್ನು ಒರಗಿ ನಿಂತು ಮೊದಲ ಬಾರಿಗೆ ಪರಿಚಯವಾದವರನ್ನೂ ಬೆದರಿಸುತ್ತಾರೆ (ಚಿತ್ರ 66). ನಿಮ್ಮದಲ್ಲದ ಕುರ್ಚಿ ಇಲ್ಲವೇ ಆಸನದ ಮೇಲೆ ಕೂರುವುದರಿಂದ, ಆ ಕುರ್ಚಿ–ಆಸನ ಯಾರದ್ದೋ ಅವರಿಗೆ ಕಿರಿಕಿರಿ ಉಂಟುಮಾಡಬಹುದು.

ಮಾಲೀಕತ್ವದ ಸಂಜ್ಞೆಗಳು

ಉನ್ನತ ಅಧಿಕಾರ ಸ್ಥಾನದಲ್ಲಿರುವವರು ಮಾಲೀಕತ್ವದ ಸಂಜ್ಞೆಗಳನ್ನು ಬಳಸುತ್ತಾರೆ. ಕಾಲನ್ನು ಕುರ್ಚಿಯ ಮೇಲಿಡುವ ಮೂಲಕ ತಾವು ಬಾಸ್ ಎಂದು ಸೂಚಿಸುತ್ತಾರೆ (ಚಿತ್ರ 67). ಹೀಗೆ ಕುಳಿತವ ತನ್ನ ಸಹೋದ್ಯೋಗಿಗಳ ಬಗ್ಗೆ ಕಾಳಜಿ ಹೊಂದಿರುವುದಿಲ್ಲ. ತನಗೆ ಆಸಕ್ತಿ ಇಲ್ಲ ಎಂಬುದನ್ನು ಮರೆಮಾಚಲು ಆತ ಮುಖವಾಡ ಧರಿಸಿರಬಹುದು. ಆತನ ನೆರವು ಯಾಚಿಸಿ ಬಂದವ ತೆರಳಿದ ಬಳಿಕ ಆತ ಕುರ್ಚಿ ಮೇಲಿಂದ ಕಾಲು ತೆಗೆಯುತ್ತಾನೆ.

ಒಂದೊಮ್ಮೆ ಆತ ಕುಳಿತ ಕುರ್ಚಿಯಲ್ಲಿ ಕೈಇಡಲು ಅವಕಾಶ ಇಲ್ಲದಿದ್ದರೆ, ಮುಂದಿನ ಕುರ್ಚಿ–ಸ್ಟೂಲ್ ಮೇಲೆ ಕಾಲು ಇಡುವ ಸಾಧ್ಯತೆ ಇರುತ್ತದೆ. ಈ ಸಂಜ್ಞೆಗಳು ಕಿರಿಕಿರಿ ಉಂಟುಮಾಡುವಂಥವು.

ಚಿತ್ರ 67 – ಇಲ್ಲಿ ನಾನೇ ಮಾಲೀಕ.

ಒಂದೇ ರೀತಿ ಆಲೋಚನೆ ಸಂಜ್ಞೆಗಳು

ಸಂವಾದ ನಡೆಸುತ್ತಿರುವ ವ್ಯಕ್ತಿಯ ಭಂಗಿ–ಸಂಜ್ಞೆಯನ್ನೇ ನೀವು ಅನುಸರಿಸಿದರೆ, ಇಬ್ಬರ ಆಲೋಚನೆಯಲ್ಲಿ ಸಾಮ್ಯತೆ ಇದೆ ಎಂದರ್ಥ. ಪರಸ್ಪರ ಚೆನ್ನಾಗಿ ಗೊತ್ತಿರುವ ಪರಿಚಿತರ ನಡುವೆ ಇದು ಸಾಮಾನ್ಯ (ಚಿತ್ರ 68). ಇದಕ್ಕೆ ತದ್ವಿರುದ್ಧವಾಗಿ, ಇಬ್ಬರು ಅಪರಿಚಿತರು ಒಂದೇ ಭಂಗಿ–ಸಂಜ್ಞೆಯನ್ನು ಬಳಸುವುದನ್ನು ಉದ್ದೇಶ

ಚಿತ್ರ 68 – ನಾವಿಬ್ಬರೂ ಪರಿಚಿತರು.

ಚಿತ್ರ 69 – ನನ್ನ ನೀನು ಗೆಲ್ಲಲಾರೆ.

ಪೂರ್ವಕವಾಗಿ ತಪ್ಪಿಸುತ್ತಾರೆ. ಒಂದೇ ರೀತಿಯ ಭಂಗಿ–ಸಂಜ್ಞೆ ಬಳಕೆ 'ನಾನು ನಿಮ್ಮನ್ನು ಇಷ್ಟಪಡುತ್ತೇನೆ' ಎಂದು ಹೇಳುವ ರೀತಿ. ಆದರೆ, ಈ ಸಂಜ್ಞೆಯನ್ನು ಎಚ್ಚರಿಕೆಯಿಂದ ಬಳಸಬೇಕು. ಮ್ಯಾನೇಜರ್ ಇಲ್ಲವೇ ಬಾಸ್‌ನ ಭಂಗಿ–ಸಂಜ್ಞೆಯನ್ನು ಗುಮಾಸ್ತನೊಬ್ಬ ಅನುಸರಿಸಿದರೆ, 'ಅದು ತಮಗೆ ಮಾಡಿದ ಅವಮಾನ' ಎಂದು ಅವರು ತಿಳಿದುಕೊಳ್ಳುವ ಸಾಧ್ಯತೆ ಇದೆ. ಆದರೆ, ಈ ತಂತ್ರ ಪರಿಸ್ಥಿತಿಯನ್ನು ತನ್ನ ಹಿಡಿತದಲ್ಲಿ ಇಟ್ಟುಕೊಳ್ಳಲು ಯತ್ನಿಸುವ ವ್ಯಕ್ತಿಯೊಬ್ಬನಿಗೆ ಮಾತಿಲ್ಲದೆ ಸವಾಲು ಒಡ್ಡಲು ಸೂಕ್ತವಾದುದು (ಚಿತ್ರ 69).

ಧೂಮಪಾನ ಸಂಜ್ಞೆಗಳು

ಕೆಲವರು ಮಾನಸಿಕ ಒತ್ತಡ ಇಲ್ಲವೇ ಸಂಘರ್ಷವನ್ನು ಹೊರಹಾಕಲು ಕಂಡುಕೊಳ್ಳುವ ಅನಾರೋಗ್ಯಕರ ಮಾರ್ಗವೇ ಧೂಮಪಾನ. ಧೂಮಪಾನಿಗಳು 'ಆರಾಮ'ವಾಗಲು ಈ ಚಟ ಅಂಟಿಸಿಕೊಂಡಿರುತ್ತಾರೆ. ಒತ್ತಡದ ಸಂದರ್ಭದಲ್ಲಿ ಧೂಮಪಾನಿಗಳಲ್ಲದವರು ಉಗುರು ಕಚ್ಚುವುದು, ತಲೆ ಕೆರೆದುಕೊಳ್ಳುವುದು, ನೆಲಕ್ಕೆ ಕಾಲು ಬಡಿಯುವುದು... ಮತ್ತಿತರ ಚಟುವಟಿಕೆ ನಡೆಸುತ್ತಾರೆ.

ಧೂಮಪಾನಿಯ ಭಂಗಿ ಆತನ ವ್ಯಕ್ತಿತ್ವದ ಬಗ್ಗೆ ಸುಳಿವು ಕೊಡುತ್ತದೆ. ಪೈಪ್‌ಗಳನ್ನು ಸೇದುವವರು ಅದನ್ನು ಶುಚಿಗೊಳಿಸುವುದು, ತಟ್ಟುವುದು, ಹೊಗೆಸೊಪ್ಪು ತುಂಬುವುದು ಮತ್ತಿತರ ಕೆಲಸಗಳನ್ನು ಆರಾಮವಾಗಿ ಮಾಡುತ್ತಾರೆ. ಪೈಪ್

ಚಿತ್ರ 70 – ಸಕಾರಾತ್ಮಕ ಮನಸ್ಥಿತಿ.

ಸೇದುವವರು ಸಿಗರೆಟ್ ಸೇದುವವರಿಗಿಂತ ನಿರ್ಧಾರ ತೆಗೆದುಕೊಳ್ಳಲು ಹೆಚ್ಚು ಕಾಲ ತೆಗೆದುಕೊಳ್ಳುತ್ತಾರೆ. ಸಿಗರೆಟ್ ಸೇದುವವರು ಕೂಡಾ ಸಿಗರೆಟ್ ಪೊಟ್ಟಣದ ಮೇಲೆ ತಟ್ಟುವುದು, ತುದಿಯನ್ನು ಒತ್ತುವುದು ಮತ್ತಿತರ ಚಟುವಟಿಕೆ ನಡೆಸುವುದಿದೆ. ಸಿಗರೆಟ್ ಹೊಗೆ ಯಾವ ರೀತಿ ಬಿಡುತ್ತಾರೆ ಎನ್ನುವುದು ವ್ಯಕ್ತಿಯ ಮನಸ್ಥಿತಿಯ ಸೂಚಕ. ಸಕಾರಾತ್ಮಕ ಮನಸ್ಥಿತಿಯ ಮನುಷ್ಯ ಹೊಗೆಯನ್ನು ಮೇಲ್ಮುಖವಾಗಿ ಬಿಡುತ್ತಾನೆ. ನಕಾರಾತ್ಮಕ, ಸಂಶಯಾತ್ಮಕ ಮನಸ್ಸಿನವ ಹೊಗೆಯನ್ನು ನಿರಂತರವಾಗಿ ನೆಲಮುಖವಾಗಿ ಬಿಡುತ್ತಾನೆ (ಚಿತ್ರ 70, 71).

ಹೊಗೆಯನ್ನು ಕೆಳಮುಖವಾಗಿ, ಬಾಯಿಯ ಒಂದು ಬದಿಯಿಂದ ಬಿಡುವುದು ಅತ್ಯಂತ ನಕಾರಾತ್ಮಕ ಮನಸ್ಥಿತಿ. ಹೊಗೆ ಮೇಲ್ಮುಖವಾಗಿ ಎತ್ತರಕ್ಕೆ ಹೋದಷ್ಟೂ ಆತ್ಮವಿಶ್ವಾಸ ಹೆಚ್ಚಳವಾಗುತ್ತದೆ ಎಂದು ವ್ಯಕ್ತಿ ಭಾವಿಸುತ್ತಾನೆ. ಸಿಗರೆಟ್‌ನ್ನು ಬೇಗಬೇಗ ಸೇದಿ, ಬುಸುಬುಸು ಹೊಗೆ ಬಿಡುವುದು ನಕಾರಾತ್ಮಕ ಮನಸ್ಥಿತಿಯ ಪ್ರತೀಕ. ಮೂಗಿನ ಹೊಳ್ಳೆಗಳ ಮೂಲಕ ಹೊಗೆ ಬಿಡುವುದು ಆತ್ಮವಿಶ್ವಾಸದ ಪ್ರತೀಕ. ತಲೆಯನ್ನು ಬಗ್ಗಿಸಿ ಮೂಗಿನಿಂದ ಹೊಗೆ ಕಕ್ಕುವುದು ಸಿಟ್ಟಿನ ಸೂಚನೆ. ಹೆಚ್ಚು ಬೆಲೆಯ, ದೊಡ್ಡದಾದ ಸಿಗಾರ್ ಸೇದುವುದು ಪ್ರತಿಷ್ಠೆಯ ದ್ಯೋತಕ. ಸಿಗಾರ್ ಸೇದುವ ಬಹುತೇಕರು ಹೊಗೆಯನ್ನು ಮೇಲ್ಮುಖವಾಗಿ ಬಿಡುತ್ತಾರೆ.

ಧೂಮಪಾನಿ ಸಿಗರೆಟ್/ಸಿಗಾರ್‌ನ್ನು ಆಷ್‌ಟ್ರೇಗೆ ನಿರಂತರವಾಗಿ ತಟ್ಟುತ್ತಿದ್ದರೆ,

ಚಿತ್ರ 71– ನಕಾರಾತ್ಮಕ ಮನಸ್ಥಿತಿ.

ಆತ ಸಂದಿಗ್ಧವೊಂದನ್ನು ಎದುರಿಸುತ್ತಿದ್ದಾನೆ ಎಂದರ್ಥ. ಆತನಿಗೆ ಆತ್ಮವಿಶ್ವಾಸ ತುಂಬಬೇಕಾದ ಅಗತ್ಯವಿದೆ. ಧೂಮಪಾನಿಯೊಬ್ಬ ಮಾತನ್ನು ಮುಗಿಸಬೇಕೆಂದು ನಿರ್ಧರಿಸಿದರೆ, ಇನ್ನೂ ಉಳಿದ ಸಿಗರೆಟ್‌ನ್ನು ಎಸೆಯುತ್ತಾನೆ ಇಲ್ಲವೇ ಆ್ಯಷ್ ಟ್ರೇಗೆ ತುರುಕುತ್ತಾನೆ. ಸಿಗರೆಟ್‌ನ ಉರಿಯುವ ತುದಿಯನ್ನು ತನ್ನೆಡೆಗೆ ಹಿಡಿದುಕೊಂಡು. ಮುಚ್ಚಿಟ್ಟುಕೊಳ್ಳಲು ಯತ್ನಿಸಿದರೆ, ತನ್ನನ್ನು ಯಾರೂ ಗಮನಿಸಬಾರದು ಎಂಬುದು ಆತನ ಉದ್ದೇಶವಾಗಿರುತ್ತದೆ. ಸುತ್ತಲಿರುವವರಿಗೆ ತಾನು ಧೂಮಪಾನಿ ಎಂಬುದು ಗೊತ್ತಾಗಬಾರದು ಎಂಬುದು ಈ ಕ್ರಿಯೆಯ ಉದ್ದೇಶ. ಇಂಥ ವ್ಯಕ್ತಿ ಹೊಗೆಯನ್ನು ಕೆಳಮುಖವಾಗಿ ಬಿಡುತ್ತಾನೆ. ಕೆಲವರು ಬೀಡಿ–ಸಿಗರೆಟ್‌ನ್ನು ಎರಡು ಬೆರಳುಗಳ ನಡುವೆ ಭದ್ರವಾಗಿ ಹಿಡಿದು, ದೀರ್ಘವಾಗಿ ಎಳೆಯುತ್ತಾರೆ. ತಾವು ಬಲಶಾಲಿಗಳು ಎಂದು ತೋರಿಸುವುದು ಇದರ ಉದ್ದೇಶ.

ಕನ್ನಡಕದ ಸಂಜ್ಞೆಗಳು

ಡೆಸ್ಮಂಡ್ ಮಾರಿಸ್ ಪ್ರಕಾರ, ವಸ್ತುಗಳನ್ನು ತುಟಿ ಮಧ್ಯೆ ಇಲ್ಲವೇ ಬಾಯಿಯಲ್ಲಿ ಇಟ್ಟುಕೊಳ್ಳುವುದು ಬಾಲ್ಯದಲ್ಲಿ ಸ್ತನ್ಯಪಾನದ ವೇಳೆ ಅನುಭವಿಸಿದ ಸುರಕ್ಷತೆಯ ಭಾವವನ್ನು ಮರುಕಳಿಸುವ ಪ್ರಯತ್ನ. ಕನ್ನಡಕದ ಫ್ರೇಮ್‌ನ ಒಂದು ತುದಿಯನ್ನು ಬಾಯಿಯಲ್ಲಿ ಇಟ್ಟುಕೊಳ್ಳುವುದು ಇಂಥದ್ದೇ ಚಟುವಟಿಕೆ (ಚಿತ್ರ 72). ನಿರ್ಧಾರ ತೆಗೆದುಕೊಳ್ಳುವುದನ್ನು ತಡಮಾಡಲು ನಡೆಸುವಂಥದ್ದು. ಆಗಾಗ ಕನ್ನಡಕ ಹೊರ

ಚಿತ್ರ 72 – ನನಗೆ ಸ್ವಲ್ಪ ಸಮಯ ಬೇಕು.

ತೆಗೆಯುವುದು, ಲೆನ್ಸ್ ಶುಚಿಗೊಳಿಸುವುದು ಕೂಡಾ ನಿರ್ಧಾರವೊಂದಕ್ಕೆ ಬರಲು ಇನ್ನಷ್ಟು ಸಮಯ ತೆಗೆದುಕೊಳ್ಳುವ ಪ್ರಯತ್ನ. ವ್ಯಕ್ತಿ ಕನ್ನಡಕವನ್ನು ಧರಿಸಿದನೆಂದರೆ, ಆತ ಇನ್ನೊಮ್ಮೆ ಎಲ್ಲವನ್ನೂ ಪರಿಶೀಲಿಸಲು ನಿರ್ಧರಿಸಿದ್ದಾನೆ ಎಂದರ್ಥ. ಆದರೆ, ಕನ್ನಡಕವನ್ನು ಒರೆಸಿ ಜೇಬಿಗಿಟ್ಟುಕೊಳ್ಳುವುದು ಮಾತುಕತೆ ಅಂತ್ಯಗೊಳಿಸುವ ಸಂಕೇತ.

ಕನ್ನಡಕ ಧರಿಸಿರುವವರು ನೋಡುವ ಇನ್ನೊಂದು ನೋಟವಿದೆ. ಅದು ಕನ್ನಡಕ ಸ್ವಲ್ಪ ಕೆಳಗಿಳಿಸಿ, ನೋಡುವಂತದ್ದು. ಕನ್ನಡಕ ಧರಿಸಿದ್ದರೂ ಅದರ ನೆರವಿಲ್ಲದೆ ನೋಡುವ ಈ ನೋಟವನ್ನು ಕೆಲವರು ತಪ್ಪಾಗಿ ಗ್ರಹಿಸುವುದಿದೆ. ತಮ್ಮನ್ನು ಪರಿಶೀಲಿಸುತ್ತಿದ್ದಾರೆ, ವಿಮರ್ಶಿಸುತ್ತಿದ್ದಾರೆ ಎಂದು ಭಾವಿಸುತ್ತಾರೆ. ಇದರಿಂದ ರಕ್ಷಣಾತ್ಮಕವಾಗಿ ವರ್ತಿಸುವ ಸಾಧ್ಯತೆ ಇದೆ (ಚಿತ್ರ 73)

ನಡೆಯುವಾಗಿನ ಸಂಜ್ಞೆಗಳು

ಪ್ರತಿಯೊಬ್ಬರ ನಡಿಗೆ ಶೈಲಿ ವಿಶಿಷ್ಟವಾಗಿರುತ್ತದೆ. ಆದರೆ, ನಡಿಗೆಯ ವೇಗ, ಹೆಜ್ಜೆಯ ಉದ್ದ, ಭಂಗಿ ನಮ್ಮ ಮನಸ್ಥಿತಿಗೆ ಅನುಗುಣವಾಗಿ ಬದಲಾಗುತ್ತದೆ. ಸಂತೋಷವಾಗಿದ್ದಾಗ ನಮ್ಮ ನಡಿಗೆ ವೇಗವಾಗಿರುತ್ತದೆ. ಸಂಕಷ್ಟ–ಅಸಂತೋಷ ದಿಂದಿದ್ದಾಗ, ಭುಜ ಕೆಳಗಿಳಿಯುತ್ತದೆ, ನಡಿಗೆಯ ವೇಗ ಕಡಿಮೆ ಆಗುತ್ತದೆ. ನಿರ್ದಿಷ್ಟ ಗುರಿ ತಲುಪಬೇಕೆಂದುಕೊಂಡಿರುವವರು, ತೋಳುಗಳನ್ನು ಮುಕ್ತವಾಗಿ ಬೀಸುತ್ತ

ಚಿತ್ರ 73 – ನಾನು ನಿನ್ನ ಮೌಲ್ಯಮಾಪನ ಮಾಡುತ್ತಿಲ್ಲ.

ವೇಗವಾಗಿ ನಡೆಯುತ್ತಾರೆ. ಸೊಂಟದ ಮೇಲೆ ಕೈ ಇರಿಸಿಕೊಂಡು ನಡೆಯುವಾತ ಅಡ್ಡ ದಾರಿ ಮೂಲಕ ಬೇಗ ಗುರಿ ತಲುಪುವ ಗುಣ ಹೊಂದಿರುತ್ತಾನೆ. ವ್ಯಕ್ತಿ ತಲೆ ಬಗ್ಗಿಸಿ, ಬೆನ್ನ ಹಿಂದೆ ಕೈಕಟ್ಟಿಕೊಂಡು ನಡೆಯುತ್ತಿದ್ದರೆ ಆತ ಯಾವುದೋ ಸಮಸ್ಯೆಯಲ್ಲಿ ಸಿಲುಕಿದ್ದಾನೆ ಎಂದರ್ಥ. ತೃಪ್ತ ವ್ಯಕ್ತಿ ಗದ್ದ ಎತ್ತಿಕೊಂಡು, ತೋಳನ್ನು ಬೀಸುತ್ತ ನಡೆಯುತ್ತಾನೆ. ವ್ಯಕ್ತಿಯೊಬ್ಬನನ್ನು ಇನ್ನೊಬ್ಬ ಒಂದು ಹೆಜ್ಜೆ ಹಿಂದೆ ಹಿಂಬಾಲಿಸುತ್ತಿದ್ದಾನೆ ಎಂದರೆ ಆತ ಮುಂದೆ ಹೋಗುತ್ತಿರುವ ವ್ಯಕ್ತಿಗೆ ನಿಷ್ಠನಾಗಿದ್ದಾನೆ ಎಂದರ್ಥ.

ಕುರ್ಚಿಯಲ್ಲಿ ಹಿಂದುಮುಂದಾಗಿ ಕುಳಿತುಕೊಳ್ಳುವುದು ರಕ್ಷಣಾತ್ಮಕ ಭಂಗಿ (ಚಿತ್ರ 74). ಇಂಥ ವ್ಯಕ್ತಿಗಳು ಮುನ್ನುಗ್ಗುವ ಸ್ವಭಾವದವರಾಗಿದ್ದು, ಕುರ್ಚಿ ಗುರಾಣಿ ಯಂತೆ ಕೆಲಸ ಮಾಡುತ್ತದೆ.

ತಲೆಯ ಸಂಜ್ಞೆಗಳು

ತಲೆಯಾಡಿಸುವುದು ಹಾಗೂ ತಲೆ ಕುಣಿಸುವುದು ಹೆಚ್ಚು ಬಳಕೆಯಾಗುವ ಎರಡು ಸಂಜ್ಞೆಗಳು. ತಲೆಯನ್ನು ಉದ್ದುದ್ದ ಆಡಿಸಿದರೆ 'ಒಪ್ಪಿಗೆ' ಎಂದು, ಅಡ್ಡಲಾಗಿ ಆಡಿಸಿದರೆ 'ಒಪ್ಪಿಗೆಯಿಲ್ಲ' ಎಂದಾಗುತ್ತದೆ. ತಟಸ್ಥ ನಿಲುವು (ಚಿತ್ರ 75). ಸಂಭಾಷಣೆ ಯಲ್ಲಿ ವ್ಯಕ್ತಿಗೆ ಆಸಕ್ತಿಯುಂಟಾದರೆ, ಆತ ತಲೆಯನ್ನು ಬಗ್ಗಿಸಿ, ಮುಂದಕ್ಕೆ ವಾಲುತ್ತಾನೆ. ತಲೆಯನ್ನು ಸ್ವಲ್ಪವೇ ಬಗ್ಗಿಸುವುದು ನಕಾರಾತ್ಮಕ ನಿಲುವು (ಚಿತ್ರ 76). ಈ ಸಂಜ್ಞೆ

ಚಿತ್ರ 74 – ರಕ್ಷಣಾತ್ಮಕ ಭಂಗಿ

ಸಾಮಾನ್ಯವಾಗಿ ಎದೆಯ ಮೇಲೆ ಕೈಜೋಡಿಸುವ ಭಂಗಿಯೊಡನೆ ಬರುತ್ತದೆ. ತಲೆ ಹಿಂದೆ ಜೋಡಿಸಿ ಕುಳಿತ ವ್ಯಕ್ತಿ ಆತ್ಮವಿಶ್ವಾಸವುಳ್ಳವ ಹಾಗೂ ಮೇಲುಗೈ ಸಾಧಿಸಿದಾತ. ಕೆಲವೊಮ್ಮೆ ಇಂಥ ವ್ಯಕ್ತಿ ಕಾಲಿನ ಮೇಲೆ ಕಾಲು ಹಾಕಿಕೊಂಡು ತಲೆ ಹಿಂದೆ ಕೈ

ಚಿತ್ರ 75 – ನನ್ನದು ತಟಸ್ಥ ನಿಲುವು.

ಚಿತ್ರ 76 – ಇಲ್ಲ, ಅದು ಆಗದು.

ಜೋಡಿಸುವುದಿದೆ (ಚಿತ್ರ 77). ಎದುರಿನಾತ ಇದೇ ಭಂಗಿಯನ್ನು ಪ್ರದರ್ಶಿಸುವ ಮೂಲಕ ಸವಾಲು ಹಾಕಬಹುದು.

ಸೊಂಟದ ಮೇಲೆ ಎರಡೂ ಕೈ ಇರಿಸಿಕೊಂಡ ವ್ಯಕ್ತಿ ಆಕ್ರಮಣಶೀಲ

ಚಿತ್ರ 77 – ನನ್ನ 'ಲೆವೆಲ್' ಬೇರೆ!

ಚಿತ್ರ 78 – ಜಗಳಕ್ಕೂ ಸಿದ್ಧ

(ಚಿತ್ರ 78). ವ್ಯಕ್ತಿ ಕೋಟ್ ಅನ್ನು ಹಿಂಭಾಗಕ್ಕೆ ಸರಿಸಿ, ತನ್ನ ಎದೆಯನ್ನು ಪ್ರದರ್ಶಿಸಿದರೆ, ಆತ 'ನಾನು ಭಯಪಡುವುದಿಲ್ಲ' ಎಂದು ಸಂದೇಶ ರವಾನಿಸುತ್ತಾನೆ. ಇದಕ್ಕೆ ತದ್ವಿರುದ್ಧವಾಗಿ, ಮುಚ್ಚಿದ ಕೋಟ್ ಅಸಂತೋಷವನ್ನು ಬಿಂಬಿಸುತ್ತದೆ. ಕೆಲವು

ಚಿತ್ರ 79 – ಆಧುನಿಕತೆಯ ಪ್ರತಿಬಿಂಬ.

ಚಿತ್ರ 80–'ಸಾಕು, ಇನ್ನು ಮಾತು ಮುಗಿಸೋಣ'.

ಮಹಿಳಾ ಮಾಡೆಲ್‌ಗಳು ಸೊಂಟದ ಮೇಲೆ ಕೈ ಇರಿಸಿಕೊಳ್ಳುವ ಮೂಲಕ ತಮ್ಮ ಉಡುಪು ಅತ್ಯಾಧುನಿಕ ಮಹಿಳೆಯರಿಗೆ ಮೀಸಲಾದದ್ದು ಎಂದು ಸೂಚಿಸುತ್ತಾರೆ (ಚಿತ್ರ 79).

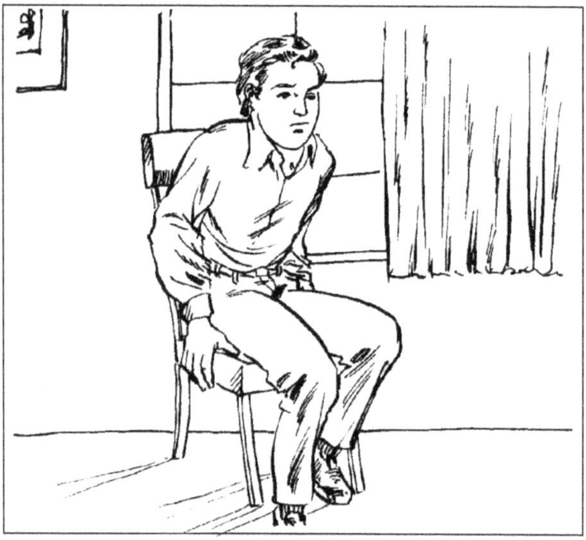

ಚಿತ್ರ 81 – 'ಇಂದಿಗೆ ಸಾಕು, ನಾಳೆ ನೋಡೋಣ'

ಕುಳಿತ ವ್ಯಕ್ತಿ ತನ್ನ ಕೈಗಳನ್ನು ಮೊಳಕಾಲಿನ ಮೇಲೆ ಇಟ್ಟರೆ, ಮಾತು ಮುಗಿಸೋಣ ಎಂಬ ಸಂದೇಶ ರವಾನಿಸುತ್ತಿದ್ದಾನೆ (ಚಿತ್ರ 80). ಕೆಲವೊಮ್ಮೆ ಆತ ಮುಂಬಾಗುವುದೂ ಇದೆ. ಇದಕ್ಕೆ ಪರ್ಯಾಯ ಭಂಗಿಯೆಂದರೆ, ಎರಡೂ ಕೈಯಲ್ಲಿ ಕುರ್ಚಿ ಹಿಡಿದುಕೊಂಡು ಮುಂಬಾಗುವುದು (ಚಿತ್ರ 81).

❑

10

ಸರಹದ್ದು ಮತ್ತು ವಲಯ

ಪ್ರಾಣಿಗಳು–ಹಕ್ಕಿಗಳು ತಮ್ಮ ಸರಹದ್ದನ್ನು ಕಾಯ್ದುಕೊಳ್ಳುತ್ತವೆ. ಹೀಗಾಗಿಯೇ, ಪ್ರಾಣಿಯೊಂದನ್ನು ಸಮೀಪಿಸಿದಾಗ ಅದು ತಕ್ಷಣ ಪ್ರತಿಕ್ರಿಯಿಸುತ್ತದೆ. ಹಕ್ಕಿಗಳ ಗೂಡಿನ ಬಳಿ ಹೋದರೆ, ಅವು ಸಿಟ್ಟಿನಿಂದ ಚಿಲಿಪಿಲಿಗುಡುತ್ತವೆ. ಆದರೆ, ಅಪರಿಚಿತನೊಬ್ಬ ಅವುಗಳ ಗೂಡನ್ನು ಮುಚ್ಚಲು ಯತ್ನಿಸಿದರೆ, ಅವು ಗೂಡು ಖಾಲಿ ಮಾಡುತ್ತವೆ.

ಇತ್ತೀಚಿನ ಅಧ್ಯಯನಗಳ ಪ್ರಕಾರ, ಮನುಷ್ಯರು ಕೂಡಾ ವೈಯಕ್ತಿಕ ಸರಹದ್ದನ್ನು ಹೊಂದಿರುತ್ತಾರೆ. ಎಲ್ಲ ದೇಶಗಳೂ ತಮ್ಮ ಗಡಿಗಳನ್ನು ಕಾಯ್ದುಕೊಳ್ಳುತ್ತವೆ. ದೇಶದಲ್ಲಿ ರಾಜ್ಯಗಳು, ರಾಜ್ಯಗಳಲ್ಲಿ ಜಿಲ್ಲೆಗಳು, ತಾಲೂಕು, ಹೋಬಳಿ, ಗ್ರಾಮ ಎಂದು ಸ್ಪಷ್ಟ ವಿಭಾಗ ಇರುತ್ತದೆ. ಮನೆ ನಾವು ವಾಸಿಸುವ ಸ್ಥಳ. ಇದನ್ನು ಗೋಡೆಗಳು, ಬೇಲಿಗಳು ರಕ್ಷಿಸುತ್ತಿದ್ದು, ಒಳಗೆ ನಮ್ಮ ಸರಂಜಾಮುಗಳನ್ನು ಇಟ್ಟುಕೊಳ್ಳುತ್ತೇವೆ.

ನಮ್ಮ ದೇಹದ ಸುತ್ತಲೂ ವೈಯಕ್ತಿಕ ಪ್ರದೇಶ (ಖಾಸಗಿ) ಎಂಬುದಿದೆ. ಅದು ನಾವು ಬೆಳೆದ ಸ್ಥಳದ ಜನಸಾಂದ್ರತೆಯನ್ನು ಆಧರಿಸಿದೆ. ನಗರವಾಸಿಗಳು ಕಡಿಮೆ ಹಾಗೂ ಗ್ರಾಮೀಣ ಪ್ರದೇಶದಲ್ಲಿ ಜನಿಸಿದವರು ಹೆಚ್ಚು ವೈಯಕ್ತಿಕ ಪ್ರದೇಶ ಹೊಂದಿರುತ್ತಾರೆ.

ತಜ್ಞ ಅಲನ್ ಪೀಸ್ ಪ್ರಕಾರ, ನಗರ ಪ್ರದೇಶದ ನಿವಾಸಿಗಳ ಸುತ್ತಲಿನ ಗಾಳಿ ಗುಳ್ಳೆಯ ತ್ರಿಜ್ಯವನ್ನು 4 ವಲಯಗಳಾಗಿ ವಿಭಾಗಿಸಬಹುದು.

1. ನಿಕಟ ವಲಯ (6 ರಿಂದ 18 ಇಂಚು)

ವ್ಯಕ್ತಿ ಈ ವಲಯವನ್ನು ತನ್ನ ವೈಯಕ್ತಿಕ ಆಸ್ತಿ ಎಂಬಂತೆ ರಕ್ಷಿಸಿಕೊಳ್ಳುತ್ತಾನೆ. ಸಂಬಂಧಿಕರು, ಹತ್ತಿರದ ಸ್ನೇಹಿತರಿಗೆ ಮಾತ್ರ ಇಲ್ಲಿ ಪ್ರವೇಶ ಇರುತ್ತದೆ. 6 ಇಂಚ್ ವರೆಗಿನ ಉಪ ವಲಯವನ್ನು ದೈಹಿಕ ಸ್ಪರ್ಶದ ಮೂಲಕವಷ್ಟೇ ಪ್ರವೇಶಿಸಬಹುದು. ಇದು ತೀರಾ ನಿಕಟ ವಲಯ.

2. ವೈಯಕ್ತಿಕ ವಲಯ (18 ರಿಂದ 48 ಇಂಚ್)

ಸಭೆ ಹಾಗೂ ಪಾರ್ಟಿಗಳಲ್ಲಿ ಇರಿಸಿಕೊಳ್ಳುವ ಅಂತರ.

3. ಸಾಮಾಜಿಕ ವಲಯ (4 ರಿಂದ 12 ಅಡಿ)

ಅಪರಿಚಿತರು ಇಲ್ಲವೇ ಕನಿಷ್ಠ ಸಂಪರ್ಕ ಇರುವವರಿಂದ ಇರಿಸಿಕೊಳ್ಳುವ ಅಂತರ.

4. ಸಾರ್ವಜನಿಕ ವಲಯ (12 ಅಡಿಗಳಿಗಿಂತ ಹೆಚ್ಚು)

ನಮ್ಮ ತೀರಾ ನಿಕಟ ವಲಯದ ಉಲ್ಲಂಘನೆ 2 ರೀತಿ ಆಗುತ್ತದೆ. ಮಿತ್ರ ಇಲ್ಲವೇ ಸಂಬಂಧಿ ಅಥವಾ ಹಲ್ಲೆಕೋರ ಈ ವಲಯವನ್ನು ಪ್ರವೇಶಿಸುತ್ತಾರೆ. ಅಪರಿಚಿತನೊಬ್ಬ ಈ ವಲಯ ಪ್ರವೇಶಿಸಿದಾಗ, ನಮ್ಮ ದೇಹದಲ್ಲಿ ಕೆಲ ಬದಲಾವಣೆಗೆ ಕಾರಣನಾಗುತ್ತಾನೆ. ಹೃದಯ ವೇಗವಾಗಿ ಬಡಿದುಕೊಳ್ಳಲು ಆರಂಭಿಸಿ, ನಮ್ಮ ರಕ್ತಕ್ಕೆ ಅಡ್ರಿನಲಿನ್ ಹಾರ್ಮೋನ್ ಹೆಚ್ಚು ಪ್ರಮಾಣದಲ್ಲಿ ಸೇರ್ಪಡೆ ಆಗುತ್ತದೆ. ಹೋರಾಟ ಇಲ್ಲವೇ ಪಲಾಯನ ಮಾಡು ಎಂದು ಮಿದುಳು ಸಂದೇಶ ರವಾನೆ ಮಾಡುತ್ತದೆ. ವ್ಯಕ್ತಿಯಿಂದ ಸೂಕ್ತ ಅಂತರ ಕಾಯ್ದುಕೊಂಡಾಗ, ದೇಹ ಸಹಜವಾಗಿ ಪ್ರತಿಕ್ರಿಯಿಸುತ್ತದೆ. ತದ್ವಿರುದ್ಧವಾಗಿ, ವ್ಯಕ್ತಿ ಹೆಗಲ ಮೇಲೆ ಕೈಹಾಕಿದಾಗ ಕಿರಿಕಿರಿ ಆಗುತ್ತದೆ.

ಕಿಕ್ಕಿರಿದ ಬಸ್‌ನಲ್ಲಿ ಪ್ರಯಾಣಿಸುವಾಗ, ಜನರಿಂದ ತುಂಬಿದ ಲಿಫ್ಟ್‌ನಲ್ಲಿದ್ದಾಗ, ನಮ್ಮ ನಿಕಟ ವಲಯ ಉಲ್ಲಂಘನೆ ಆಗುತ್ತದೆ. ಕಾರಿನಲ್ಲಿ ಪ್ರಯಾಣಿಸುತ್ತಿದ್ದಾಗ, ಸಿಗ್ನಲ್‌ನಲ್ಲಿ ಇನ್ನೊಂದು ವಾಹನ ತೀರಾ ಸನಿಹದಲ್ಲಿ ನಿಲ್ಲಿಸಿದಾಗ ಕೂಡಾ ನಮ್ಮ ನಿಕಟ ವಲಯ ಉಲ್ಲಂಘನೆ ಆಗಿ ಮನಸ್ಸು ಸಿಡಿಮಿಡಿಗೊಳ್ಳುತ್ತದೆ.

ಸಣ್ಣ ಅಪಾರ್ಟ್‌ಮೆಂಟ್‌ನಲ್ಲಿ ವಾಸಿಸುತ್ತಿರುವ ದೊಡ್ಡ ಕುಟುಂಬದ ನಿದರ್ಶನ ಪರಿಗಣಿಸೋಣ. ಈ ಕುಟುಂಬದ ಮಕ್ಕಳ ಬೆಳವಣಿಗೆ ಕಡಿಮೆ ಇರುತ್ತದೆ. ಸ್ಥಳಾವಕಾಶ ಕಡಿಮೆ ಇರುವುದು ಇದಕ್ಕೆ ಕಾರಣ.

ದೇಹದ ರಕ್ಷಣಾ ವ್ಯವಸ್ಥೆ ಹಾಗೂ ದೈಹಿಕ ಬೆಳವಣಿಗೆಯಲ್ಲಿ ಅಡ್ರಿನಲಿನ್ ಗ್ರಂಥಿಗಳ ಪಾಲು ದೊಡ್ಡದು. ಕಿಕ್ಕಿರಿಯುವಿಕೆಯಿಂದ ಸೃಷ್ಟಿಯಾಗುವ ಒತ್ತಡದಿಂದ ಸಹಜ ಬೆಳವಣಿಗೆ ಮೇಲೆ ವಿಪರಿಣಾಮ ಉಂಟಾಗುತ್ತದೆ. ಜನದಟ್ಟಣೆ ಇರುವ

ಪ್ರದೇಶ–ನಗರಗಳಲ್ಲಿ ಹಿಂಸೆ–ಅಪರಾಧ ಪ್ರಕರಣ, ಕಡಿಮೆ ಜನದಟ್ಟಣೆಯ ಪ್ರದೇಶಗಳಿಗಿಂತ ಹೆಚ್ಚು ಇರುವುದು ಗೊತ್ತಾಗಿದೆ.

ಅಪರಾಧಿಯ ವಿಚಾರಣೆ ವೇಳೆ ಆತನ ಆಪ್ತ ವಲಯವನ್ನು ಉಲ್ಲಂಘಿಸುವ ತಂತ್ರವನ್ನು ಪೊಲೀಸರು ಬಳಸುತ್ತಾರೆ. ಆರೋಪಿಯನ್ನು ಕೊಠಡಿಯಲ್ಲಿ ಖಾಲಿ ಕುರ್ಚಿ ಇಲ್ಲವೇ ಸ್ಟೂಲ್ ಮೇಲೆ ಕೂರಿಸಿ, ಪ್ರಶ್ನೆಗಳ ಮಳೆ ಸುರಿಸುತ್ತಾರೆ. ಒಂದು ಹಂತದಲ್ಲಿ ಆರೋಪಿ ಮಾನಸಿಕವಾಗಿ ಕುಸಿದು, ಬಾಯಿ ಬಿಡುತ್ತಾನೆ. ಸಹೋದ್ಯೋಗಿಗಳಿಂದ ಮಾಹಿತಿ ಸಂಗ್ರಹಿಸಲು ಮ್ಯಾನೇಜರ್‌ಗಳು ಇದೇ ವಿಧಾನ ಅನುಸರಿಸುವುದಿದೆ.

❑

11

ಆಸನ ವ್ಯವಸ್ಥೆ

ನಾವು ಕಚೇರಿ ಇಲ್ಲವೇ ಮನೆಗೆ ಹೋದಾಗ, ಅಭ್ಯಾಗತನೊಡನೆ ನಮ್ಮ ಸಂಬಂಧಕ್ಕೆ ಅನುಗುಣವಾಗಿ ನಮಗೆ ಸ್ವಾಗತ, ಉಪಚಾರ ದೊರೆಯುತ್ತದೆ. ಆಪ್ತ ಸ್ನೇಹಿತನಾಗಿದ್ದಲ್ಲಿ ತೀರ ಸನಿಹದಲ್ಲಿ ಇಲ್ಲವೇ ಪಕ್ಕದಲ್ಲೇ ಕುಳಿತುಕೊಳ್ಳುತ್ತೇವೆ. ನೇರ ನೋಟ ಹಾಗೂ ಸಂಜ್ಞೆಗಳ ಮೂಲಕ ಸಂವಹನ ಹಾಗೂ ಆತನ ಸಂಜ್ಞೆಗಳನ್ನು ಗಮನಿಸುವುದು ಇದರಿಂದ ಸಾಧ್ಯ.

ಮುಖಾಮುಖಿಯಾಗಿ ಕುಳಿತುಕೊಳ್ಳುವುದರಿಂದ, ಸ್ಪರ್ಧಾತ್ಮಕ ವಾತಾವರಣ ನಿರ್ಮಾಣವಾಗುತ್ತದೆ. ಕಚೇರಿಗಳಲ್ಲಿ ಇಂಥ ಆಸನ ವ್ಯವಸ್ಥೆ, ಬಾಸ್ ಮತ್ತು ಸಹೋದ್ಯೋಗಿ ನಡುವೆ ಇರುತ್ತದೆ. ವ್ಯಕ್ತಿ ಇನ್ನೊಬ್ಬನಿಂದ ಅಂತರ ಕಾಯ್ದುಕೊಂಡರೆ, ಆತನಿಗೆ ಮಾತನ್ನಾಡುವ ಆಸಕ್ತಿ ಇಲ್ಲ ಎಂದಾಗುತ್ತದೆ. ಮುಕ್ತ ಸಂವಾದ ಬೇಕಿರುವಾಗ, ಇಂಥ ಆಸನ ವ್ಯವಸ್ಥೆ ಸೂಕ್ತವಲ್ಲ.

ನಾವು ಕುಳಿತುಕೊಳ್ಳುವ ಮೇಜಿನ ಆಕಾರ ಕೂಡಾ ಸೂಕ್ತ ವಾತಾವರಣ ನಿರ್ಮಿಸುವಲ್ಲಿ ನೆರವಾಗುತ್ತದೆ. ಚಚ್ಚೌಕದ ಮೇಜು ಸಮಾನ ಸ್ತರದ ಅಧಿಕಾರಿಗಳಲ್ಲಿ ಸ್ಪರ್ಧಾತ್ಮಕ ಇಲ್ಲವೇ ರಕ್ಷಣಾತ್ಮಕ ಸಂಬಂಧವನ್ನು ಸೃಷ್ಟಿಸುತ್ತದೆ. ಚೌಕಾಕಾರದ ಮೇಜು ಕಿರು ಸಂಭಾಷಣೆಗೆ ಸೂಕ್ತ. ಇಂಥ ವ್ಯವಸ್ಥೆಯಲ್ಲಿ ನಿಮ್ಮ ಪಕ್ಕ ಹಾಗೂ ಬಲಭಾಗದಲ್ಲಿ ಕುಳಿತ ವ್ಯಕ್ತಿಯಿಂದ ಸಹಕಾರ–ಸಹಾಯ ಒದಗಿ ಬರುತ್ತದೆ. ನಿಮ್ಮ ಎದುರಿಗೆ ಕುಳಿತ ವ್ಯಕ್ತಿಯಿಂದ ವಿರೋಧ ವ್ಯಕ್ತವಾಗುತ್ತದೆ.

ವೃತ್ತಾಕಾರದ ಮೇಜು ಸೂಕ್ತ ವಾತಾವರಣ ನಿರ್ಮಿಸಬಲ್ಲುದು.

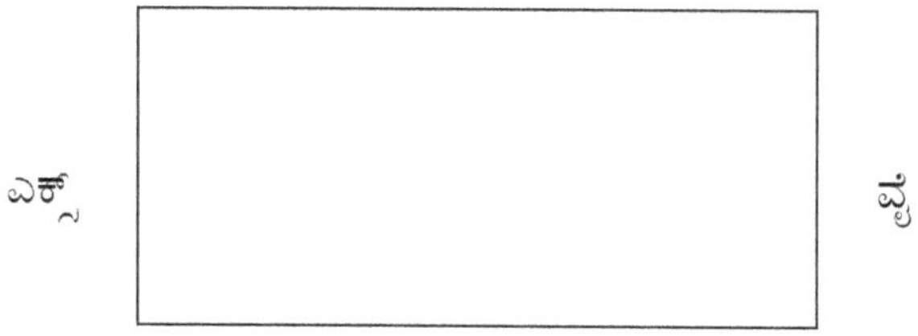

ಆಯತಾಕಾರದ ಟೇಬಲ್‌ನಲ್ಲಿ ಬಾಗಿಲಿಗೆ ಮುಖ ಮಾಡಿರುವ ಹಾಗೂ ಬೆನ್ನಿಗೆ ಕಿಟಕಿಗಳಿಲ್ಲದ ಗೋಡೆ ಇರುವ ಸ್ಥಾನ ಹೆಚ್ಚು ಪ್ರಭಾವ ಬೀರುತ್ತದೆ.

'ಎಕ್ಸ್'ನ ಬೆನ್ನು ಬಾಗಿಲ ಕಡೆಗೆ ಇದ್ದರೆ, ಮುಂದೆ ಕುಳಿತ ವ್ಯಕ್ತಿ (ವೈ) ಸ್ಥಾನ ಪ್ರಭಾವಿ ಆಗಿರಲಿದೆ. ಒಂದೊಮ್ಮೆ 'ಎಕ್ಸ್' ಉನ್ನತಾಧಿಕಾರಿ ಆಗಿದ್ದರೆ, ವೈ ಅಧಿಕಾರ ನಂತರದ್ದಾಗಿರಲಿದೆ. ಅಧಿಕಾರಯುತ ವ್ಯಕ್ತಿಗಳು ಆಯತಾಕಾರದ ಮೇಜನ್ನು ಹಾಗೂ 'ಮುಕ್ತ' 'ಮುಚ್ಚಿಕೊಂಡ' ವ್ಯಕ್ತಿತ್ವವುಳ್ಳವರು ವೃತ್ತ ಹಾಗೂ ಚೌಕಾಕಾರದ ಮೇಜನ್ನು ಆಯ್ದುಕೊಳ್ಳುತ್ತಾರೆ.

ಕುರ್ಚಿಗಳ ಆಯ್ಕೆ

ಕುರ್ಚಿಯ ಬೆನ್ನಿನ ಎತ್ತರ ವ್ಯಕ್ತಿಯ ಅಂತಸ್ತಿನ ಹೆಚ್ಚಳ ಇಲ್ಲವೇ ಕಡಿಮೆ ಗೊಳಿಸುವಲ್ಲಿ ಪಾತ್ರ ವಹಿಸಲಿದೆ. ಕುರ್ಚಿಯ ಹಿಂಭಾಗದ ಎತ್ತರ ಹೆಚ್ಚಿದಷ್ಟೂ, ಕುಳಿತವನ ಅಂತಸ್ತು ಮತ್ತು ಅಧಿಕಾರ ಹೆಚ್ಚಲಿದೆ.

ಇತ್ತೀಚೆಗೆ ಹಿರಿಯ ಅಧಿಕಾರಿಗಳು ತಿರುಗು ಕುರ್ಚಿಯನ್ನು ಆಯ್ಕೆ ಮಾಡಿಕೊಳ್ಳುತ್ತಿದ್ದಾರೆ. ಹಿಂದಕ್ಕೆ ಬಾಗುವ, ಚಕ್ರಗಳಿರುವ ಹಾಗೂ ಕೈ ಇರಿಸಿಕೊಳ್ಳಲು ಅವಕಾಶ ಇರುವ ಕುರ್ಚಿಗಳನ್ನು ಆಯ್ಕೆ ಮಾಡಿಕೊಳ್ಳುತ್ತಾರೆ.

ಕಚೇರಿಯಲ್ಲಿ ಪೀಠೋಪಕರಣಗಳನ್ನು ನಿರ್ದಿಷ್ಟ ರೀತಿಯಲ್ಲಿ ಜೋಡಣೆ ಮಾಡಿದರೆ, ಮುಖ್ಯಸ್ಥನ ಘನತೆ–ಪ್ರತಿಷ್ಠೆ ಹೆಚ್ಚುತ್ತದೆ. ಅವೆಂದರೆ,

1. ಅತಿಥಿಗಳಿಗೆ ಕಡಿಮೆ ಎತ್ತರದ ಕುರ್ಚಿ ಇಲ್ಲವೇ ಸೋಫಾ.
2. ಟೇಬಲ್ ಮೇಲೆ ಮೊಬೈಲ್ ಫೋನ್, ಫೋನ್.
3. ಸಂದರ್ಶಕರಿಂದ ಫೋನ್‌ನ್ನು ದೂರ ಇರಿಸುವುದು.
4. ಸಂಸ್ಥೆಯ ಮುಖ್ಯಸ್ಥ ಸ್ವೀಕರಿಸಿದ ಪ್ರಶಸ್ತಿ, ಫಲಕ, ಗಳಿಸಿದ ಪದವಿಯ ಸರ್ಟಿಫಿಕೇಟ್‌ಗಳನ್ನು ಕೋಣೆಯ ಗೋಡೆಯಲ್ಲಿ ನೇತು ಹಾಕುವುದು.
5. ಮೂರು ನಾಲ್ಕು ಕುರ್ಚಿಗಳು, ಕಾಫಿ ಟೇಬಲ್‌ನ್ನು ಕೊಠಡಿಯ ಇನ್ನೊಂದು ಬದಿ ಇರಿಸುವುದು.

6. ಸಂದರ್ಶಕರು ಹಾಗೂ ಸಂಸ್ಥೆಯ ಮುಖ್ಯಸ್ಥನ ನಡುವೆ ಅಪಾರದರ್ಶಕ ಗಾಜಿನ ಪರದೆ. ಮುಖ್ಯಸ್ಥ ಸಂದರ್ಶಕರನ್ನು ನೋಡಬಹುದು, ಸಂದರ್ಶಕರಲ್ಲ.

7. ಸ್ವಾಗತ ಕೋಣೆಯಲ್ಲಿ ದುಬಾರಿ ಪೇಟಿಂಗ್, ಭಾರವಾದ ಪೀಠೋಪಕರಣ.

8. ಮುಖ್ಯಸ್ಥನ ಕೊಠಡಿಯನ್ನು ಗುಣಮಟ್ಟದ ಪೀಠೋಪಕರಣಗಳಿಂದ ಅಣಿಗೊಳಿಸುವುದು.

❑

12

ದೇಹ ಭಾಷೆ ಮೂಲಕ ಮನಸ್ಥಿತಿ ಅರ್ಥೈಸುವಿಕೆ

ಸ್ನೇಹಿತರು–ಸಹೋದ್ಯೋಗಿಗಳ ಜತೆ ಮಾತನ್ನಾಡುತ್ತಿರುವಾಗ ಅವರು ನಿಮ್ಮ ಮಾತನ್ನು ಆಲಿಸುತ್ತಿದ್ದಾರೋ ಇಲ್ಲವೇ ಆಕಳಿಸುತ್ತಿದ್ದಾರೋ ಎಂಬುದನ್ನು ಗಮನಿಸಬೇಕು. 'ಕೊರಕ' ಎನ್ನಿಸಿಕೊಳ್ಳುವುದು ಸೂಕ್ತವಲ್ಲ. ಉತ್ತಮ ಮಾತುಗಾರ ಕೇಳುಗನ ಸಂಜ್ಞೆಗಳನ್ನು ಸೂಕ್ಷ್ಮವಾಗಿ ಗಮನಿಸುತ್ತಾನೆ. ಒಂದೊಮ್ಮೆ ಕೇಳುಗರು ಆಸಕ್ತಿ ಕಳೆದುಕೊಂಡಿದ್ದಾರೆ ಎಂದಾದಲ್ಲಿ ಆಸಕ್ತಿ ಹುಟ್ಟಿಸುವಂತೆ ಮಾಡಬೇಕು ಇಲ್ಲವೇ ವಿಷಯ ಬದಲಿಸಬೇಕು. ಟೇಬಲ್‌ನ್ನು ತಟ್ಟುವುದು, ಆಕಳಿಕೆ, ತಲೆ ಮೇಲೆ ಕೈ ಇರಿಸಿಕೊಳ್ಳುವುದು, ಬೇರೆಡೆ ನೋಡುವುದು, ತಲೆ ಕೂದಲಲ್ಲಿಕೈ ಆಡಿಸುವುದು, ಪಕ್ಕದವರ ಜತೆ ಮಾತನ್ನಾಡುವುದು– ಈ ಸಂಜ್ಞೆಗಳೆಲ್ಲ ಆಸಕ್ತಿ ಕಳೆದುಕೊಂಡ ಸೂಚನೆಗಳು.

ಕೆಲವೊಮ್ಮೆ ಕೇಳುಗ ನಿಮ್ಮ ಕಣ್ಣಲ್ಲಿ ಕಣ್ಣಿಟ್ಟು ನೋಡುತ್ತಿದ್ದರೂ, ಆತನ ಮನಸ್ಸು ಎಲ್ಲೋ ಅಲೆಯುತ್ತಿರುವ ಸಾಧ್ಯತೆ ಇದೆ. ಇಂಥ ಸಮಯದಲ್ಲಿ ಆತನಿಗೆ ಮಾತನ್ನಾಡುತ್ತಿರುವ ವಿಷಯ ಕುರಿತು ಪ್ರಶ್ನೆ ಕೇಳಿ, ಆತನ ಉತ್ತರ ಗಮನಿಸಿದರೆ, ಆತನ ಆಸಕ್ತಿ ಎಲ್ಲಿದೆ ಎಂಬುದು ಗೊತ್ತಾಗಲಿದೆ. ತಲೆಯ ಒಂದು ಪಕ್ಕದಲ್ಲಿ ಕೈ ಇರಿಸಿ, ಗದ್ದವನ್ನು ಕೆಳಗಿಳಿಸಿ, ರೆಪ್ಪೆಗಳನ್ನು ಅರ್ಧ ಮುಚ್ಚಿದರೆ, ಆತ ಮಾತಿನಲ್ಲಿ ಆಸಕ್ತಿ ಕಳೆದುಕೊಂಡಿದ್ದು ನಿದ್ರೆಗೆ ಜಾರುತ್ತಿದ್ದಾನೆ ಎಂದರ್ಥ. ಕೇಳುಗ–ಭಾಷಣಕಾರನ ನಡುವಿನ ಕಣ್ಣಿನ ಸಂಪರ್ಕ ತಪ್ಪಿದಲ್ಲಿ, ಸಂವಹನವೂ ತಪ್ಪಿಹೋಗುತ್ತದೆ.

ಖಾಲಿ ದೃಷ್ಟಿ (ತಲೆಯನ್ನು ಕೈಯಲ್ಲಿ ಹಿಡಿದ ಸ್ಥಿತಿ)

ಈ ಸ್ಥಿತಿಯಲ್ಲಿ ವ್ಯಕ್ತಿ ನಿಮ್ಮ ಕಣ್ಣಿನಲ್ಲಿ ಕಣ್ಣಿಟ್ಟು ನೋಡುತ್ತಿರುವುದರಿಂದ, ಆತ ನಿಮ್ಮ ಮಾತನ್ನು ಆಲಿಸುತ್ತಿರುತ್ತಾನೆ ಎನಿಸುತ್ತದೆ. ಆದರೆ, ಆತ ಕಣ್ಣು ತೆರೆದುಕೊಂಡು ನಿದ್ರಿಸುತ್ತಿರುತ್ತಾನೆ. ಆತನ ಕಣ್ಣು ಮಿಟುಕದೆ ಇದ್ದರೆ, ಅದು ನಿರಾಸಕ್ತಿಯ ಉತ್ತುಂಗ. ತೀವ್ರ ನಿರಾಸಕ್ತಿಯನ್ನು ವ್ಯಕ್ತಪಡಿಸುವ ಹಲವು ಸಂಜ್ಞೆಗಳೆಂದರೆ, ಆಗಾಗ ವಾಚ್ ನೋಡುವುದು, ಉಗುರು ಕಡಿಯುವುದು, ತಲೆಯನ್ನು ಹಿಂದಕ್ಕೆ ಹಾಕುವುದು ಇತ್ಯಾದಿ. ಹಸಿವು–ನೀರಡಿಕೆಯ ತೋರ್ಪಡಿಸುವಿಕೆ ಅಥವಾ ಕಿರಿಕಿರಿ ಕೂಡಾ ನಿರಾಸಕ್ತಿಯ ಅಭಿವ್ಯಕ್ತಿಗಳು.

ಒಪ್ಪಿಗೆಯ ಸಂಜ್ಞೆ

ಕೇಳುಗ ನಿಮ್ಮ ಆಲೋಚನೆಯನ್ನು ಒಪ್ಪಿದ್ದಾನೆ ಎಂದು ಗೊತ್ತಾಗುವುದು ಹೇಗೆ? ಕೆಲ ವಿಶೇಷ ಸಂಜ್ಞೆಗಳಿವೆ. ಸಂವಾದದ ವೇಳೆ ವ್ಯಕ್ತಿ ಮಾತುಗಾರನ ಬಳಿ ಸರಿದು ಆತನ ಭುಜದ ಮೇಲೆ ಕೈ ಇರಿಸಿದರೆ, ಆತ ಹೇಳಿದ್ದನ್ನು ನಂಬಿದ್ದಾನೆ ಎಂದಾಗುತ್ತದೆ. ಎದುರಿನ ವ್ಯಕ್ತಿ ನಿಮ್ಮನ್ನು ಒಪ್ಪಿಕೊಂಡಿದ್ದಾನೆ ಎಂಬುದನ್ನು ಕಂಡುಕೊಳ್ಳುವುದು ಕಷ್ಟ. ಆದರೆ, ಆತನ ನಿರಾಸಕ್ತಿ–ನಿರ್ಲಕ್ಷ್ಯವನ್ನು ಕಂಡುಕೊಳ್ಳಬಹುದು. ಅದರಿಂದ ಆತ ನಿಮ್ಮ ಮಾತನ್ನು ನಂಬುತ್ತಿಲ್ಲ ಎಂದು ಗೊತ್ತಾಗುತ್ತದೆ.

ಪತಿ–ಪತ್ನಿ ವಿಷಯದಲ್ಲಿ ಒಪ್ಪಿಗೆ–ಅಸಮ್ಮತಿಯನ್ನು ಸುಲಭವಾಗಿ ಪತ್ತೆ ಹಚ್ಚಬಹುದು. ಒಂದು ವೇಳೆ ಪತ್ನಿ ಸಿಟ್ಟಿಗೆದ್ದಿದ್ದರೆ, ಆಕೆ ಬೇಡದ ಯಾವುದೋ ಕೆಲಸ ಮಾಡುತ್ತಿರುತ್ತಾಳೆ. ಕೊಠಡಿಯಲ್ಲಿನ ವಸ್ತುಗಳನ್ನು ಜೋಡಿಸುವುದು ಇಲ್ಲವೇ ಪತ್ರಿಕೆಯೊಂದನ್ನು ಓದುವುದು ಮತ್ತಿತರ ಅನಗತ್ಯ ಕೆಲಸ ಮಾಡುತ್ತಿರುತ್ತಾಳೆ. ಒಂದೊಮ್ಮೆ ಪತಿ ಆಕೆಯನ್ನು ಸಮೀಪಿಸಲು ಯತ್ನಿಸಿದರೆ, ಅದನ್ನು ನಿರ್ಲಕ್ಷಿಸುತ್ತಾಳೆ. ಸ್ಪರ್ಶವನ್ನು ನಿರಾಕರಿಸುತ್ತಾಳೆ. ಮಾತನ್ನಾಡುವುದಿಲ್ಲ, ಬದಲಿಗೆ ವಾಚ್ಯವಲ್ಲದ ಸಂಜ್ಞೆಗಳನ್ನು ರವಾನಿಸುತ್ತಾಳೆ.

ಇಬ್ಬರು ಆಪ್ತ ಸ್ನೇಹಿತರ ನಡುವೆ ಬೇಸರ ವ್ಯಕ್ತವಾಗುವುದು ತುಟಿ ಮೇಲೆ ಬೆರಳಿಡುವುದು ಇಲ್ಲವೇ ಮುಂಗೈಯನ್ನು ತೋರಿಸುವುದರ ಮೂಲಕ ('ತಡೆ' 'ನಿಲ್ಲು' ಎಂಬ ಸೂಚನೆಗಳು).

ಎದೆ ಮೇಲೆ ಕೈ ಸಂಜ್ಞೆ

ಈ ಸಂಜ್ಞೆ ಮೂಲಕ ವ್ಯಕ್ತಿ ಇನ್ನೊಬ್ಬನ ಮಾತನ್ನು 'ತಾನು ಹೃದಯಪೂರ್ವಕವಾಗಿ ಒಪ್ಪಿದ್ದೇನೆ' ಎಂದು ಸೂಚಿಸುತ್ತಾನೆ. ಪುರಾಣ ಕಾಲದಿಂದಲೂ ಈ ಸಂಜ್ಞೆ ಭಕ್ತಿ, ಪ್ರಾಮಾಣಿಕತೆ ಹಾಗೂ ನಂಬಿಕೆಗೆ ಸೂಚನೆಯಾಗಿದೆ. ಬೇರೆ ಬೇರೆ ಸಂಸ್ಕೃತಿಗಳಲ್ಲಿ

ಈ ಸಂಕೇತವನ್ನು ಬೇರೆ ರೀತಿ ವ್ಯಾಖ್ಯಾನಿಸಲಾಗುತ್ತದೆ. ಬೇರೊಬ್ಬರಿಗೆ ಸ್ವಾಗತ, ರಾಷ್ಟ್ರಧ್ವಜಕ್ಕೆ ಗೌರವ, ಮುಕ್ತತೆ, ವಿಶ್ವಾಸಾರ್ಹತೆ, ಪ್ರಮಾಣ ಸ್ವೀಕಾರ ಮತ್ತಿತರ ಅರ್ಥಗಳನ್ನು ಈ ಸಂಜ್ಞೆ ಹೊಂದಿದೆ. ಆದರೆ, ಮಹಿಳೆಯರ ವಿಷಯದಲ್ಲಿ ಇದು ರಕ್ಷಣಾತ್ಮಕ ಸಂಜ್ಞೆ, ಆಘಾತ ಇಲ್ಲವೇ ಆಶ್ಚರ್ಯವನ್ನು ಸೂಚಿಸುತ್ತದೆ.

ಸ್ಪರ್ಶ ಸಂಜ್ಞೆಗಳು

ಸ್ಪರ್ಶದ ಮೂಲಕ ನಮ್ಮ ಭಾವನೆಗಳನ್ನು ಆತ್ಮೀಯರಿಗೆ ಮುಟ್ಟಿಸುತ್ತೇವೆ. ವ್ಯಕ್ತಿಯೊಬ್ಬ ನಮ್ಮನ್ನು ಸಮೀಪಿಸಿ, ಸ್ಪರ್ಶಿಸಿದರೆ, ನಾವು 'ಆತನ ಮಾತನ್ನು ಕೇಳಬೇಕು' ಎಂದು ಅರ್ಥ. ಸ್ಪರ್ಶ, ಕೈ ಇಲ್ಲವೇ ಭುಜವನ್ನು ಮುಟ್ಟುವುದು, ಮಾತಿನ ನಿಲುಗಡೆಗೆ ಇಲ್ಲವೇ ನಿರ್ದಿಷ್ಟ ಅಂಶವೊಂದನ್ನು ಮನನ ಮಾಡಲು ಬಳಕೆ ಆಗುತ್ತದೆ.

ಸಿಟ್ಟಿಗೆದ್ದ ವ್ಯಕ್ತಿಯನ್ನು ಸಮಾಧಾನಗೊಳಿಸಲು ಸ್ಪರ್ಶ ಸಂಜ್ಞೆ ಬಳಕೆಯಾಗುತ್ತದೆ. ಆತ್ಮೀಯನೊಬ್ಬ ನಮ್ಮನ್ನು ಸ್ಪರ್ಶಿಸಿದಾಗ, ನಾವು ಸಂತಸಪಡುತ್ತೇವೆ, ಮನಸ್ಸು ಪ್ರಫುಲ್ಲಗೊಳ್ಳುತ್ತದೆ.

ವೃತ್ತಿನಿರತನೊಬ್ಬ ತನ್ನ ಗ್ರಾಹಕನಿಗೆ ಸಲಹೆ–ಸೂಚನೆ ನೀಡು ತ್ತಿದ್ದಾಗ, ಪಕ್ಕದಲ್ಲಿದ್ದ ಆತನ ಸ್ನೇಹಿತ ಮಧ್ಯಪ್ರವೇಶಿಸಿದ ಎಂದಿಟ್ಟುಕೊಳ್ಳಿ. ಸ್ನೇಹಿತನ ತೊಡೆಯನ್ನು ಸ್ಪರ್ಶಿಸುವ ಮೂಲಕ 'ಈ ರೀತಿ ಮಾಡಬೇಡ' ಎಂದು ಸೂಚಿಸುತ್ತಾನೆ. ಕೆಲವೊಮ್ಮೆ ಕಾಲನ್ನು ತುಳಿದು 'ಮಧ್ಯಪ್ರವೇಶಿಸಬೇಡ' ಎಂದು ಸಂದೇಶ ರವಾನಿಸುವುದೂ ಇದೆ. ಎದುರು ಕುಳಿತ ಗ್ರಾಹಕನಿಗೆ ಇದ್ಯಾವುದೂ ಗೊತ್ತಾಗುವುದಿಲ್ಲ.

ಸನಿಹಕ್ಕೆ ಬಾ

ವ್ಯಕ್ತಿಯೊಬ್ಬ ಮತ್ತೊಬ್ಬನ ಸನಿಹಕ್ಕೆ ಸರಿದರೆ, ಆತನನ್ನು ಒಪ್ಪಿಕೊಂಡಿದ್ದಾನೆ ಎಂದರ್ಥ. ಪಕ್ಕಕ್ಕೆ ಸರಿಯುವುದು ಇಬ್ಬರ ನಡುವಿನ ಅಂತರ ವನ್ನು ಕಡಿಮೆಗೊಳಿಸಲು ನಡೆಯುವ ಕ್ರಿಯೆ. ಜತೆಗೆ, ತನಗೆ ಇಷ್ಟವಾದ ವಿಷಯವನ್ನು ಹಂಚಿಕೊಳ್ಳಲೂ ಪಕ್ಕಕ್ಕೆ ಸರಿಯುವುದಿದೆ. ಒಂದೊಮ್ಮೆ ಮತ್ತೊಬ್ಬಾತ ಇದನ್ನು ಸಹಿಸದೆ, ದೂರ ಸರಿದರೆ, ಆತನಿಗೆ ಸಾಮೀಪ್ಯ ಇಷ್ಟವಾಗಲಿಲ್ಲ ಎಂದಾಗುತ್ತದೆ. ಹೀಗಾಗಿ, ವ್ಯಕ್ತಿಯೊಬ್ಬರನ್ನು ಸಮೀಪಿಸುವ ಮುನ್ನ ಎಚ್ಚರ ವಹಿಸಬೇಕಾಗುತ್ತದೆ. ಪುರುಷರು ಹತ್ತಿರ ಬಂದಾಗ, ಮಹಿಳೆಯರು ಕೆಲವೊಮ್ಮೆ ಹಿಂದೆ ಸರಿಯುವುದಿದೆ. ವ್ಯಕ್ತಿ ಪರಿಚಿತನಾಗಿದ್ದರೆ ಇಲ್ಲವೇ ಪರಿಚಿತನಾಗಿದ್ದರೂ ಆತ್ಮೀಯನಾಗಿರದಿದ್ದರೆ ಅಥವಾ ಆತನ ಸಂಗ ಇಷ್ಟವಾಗದಿದ್ದಲ್ಲಿ, ಮಹಿಳೆ ಸಾಮೀಪ್ಯವನ್ನು ನಿರಾಕರಿಸುತ್ತಾಳೆ. ದೂರಸರಿಯುವಿಕೆ ರಕ್ಷಣಾತ್ಮಕ ಸಂಜ್ಞೆ.

ಸಭೆ, ಸೆಮಿನಾರ್ ಮತ್ತು ಪಾರ್ಟಿಗಳಲ್ಲಿ 2-3 ಜನ ಒಟ್ಟಿಗೆ ನಿಂತು ಹೆಗಲ ಮೇಲೆ ಕೈ ಹಾಕಿಕೊಂಡು ಸಣ್ಣ ಸಣ್ಣ ಗುಂಪುಗಳಲ್ಲಿ ಮಾತನ್ನಾಡುವುದು ಸಾಮಾನ್ಯ. ಇಂಥ ಗುಂಪುಗಳಲ್ಲಿ ಇರುವವರು ಸಮಾನ ಅಭಿರುಚಿ ಉಳ್ಳವರಾಗಿದ್ದು, ಕೆಲ ಗುಟ್ಟುಗಳನ್ನು ಹಂಚಿಕೊಂಡಿರುತ್ತಾರೆ. ಗಾಢ ಸಂಭಾಷಣೆಯಲ್ಲಿ ನಿರತರಾದವರ ಗಮನ ಸೆಳೆಯಲು ಪರಿಚಿತನೊಬ್ಬ ಮಾತಿನ ಟಾಂಗ್ ಕೊಡುವುದಿದೆ. ಇದು ಕುಚೇಷ್ಟೆಯ ಯತ್ನ. ಇದರಿಂದ ಏಕಕಾಲದಲ್ಲಿ ಇಬ್ಬರ ಗಮನವನ್ನೂ ಸೆಳೆಯ ಬಹುದು.

ಪಾರ್ಟಿ–ಸಮಾರಂಭಗಳಲ್ಲಿ ಪರಿಚಿತರಾದ, ಆದರೆ ಎಲ್ಲೋ ಒಮ್ಮೊಮ್ಮೆ ಭೇಟಿ ಆಗುವವರನ್ನು ಸಮೀಪಿಸಿ ಸ್ವಾಗತ ಕೋರುವುದಿದೆ. ಇದು ಇಬ್ಬರಿಗೂ ಹರ್ಷ ತರುವ ಕ್ರಿಯೆ.

❑

13

ಪ್ರಣಯದ ಸಂಜ್ಞೆಗಳು

ಭೂಮಿಯ ಮೇಲಿನ ಎಲ್ಲ ಜೀವಿಗಳೂ ವಿರುದ್ಧ ಸೆಕ್ಸ್‌ನ್ನು ಆಕರ್ಷಿಸಲು ನಾನಾ ಸಂಜ್ಞೆಗಳನ್ನು ಬಳಸುತ್ತವೆ. ಉದಾಹರಣೆಗೆ, ಕಪ್ಪೆಗಳು ಮಳೆಗಾಲದಲ್ಲಿ 'ವಟರ್' ಗುಟ್ಟಿ ಹಾಗೂ ಹೆಣ್ಣು ನಾಯಿ ಸುತ್ತ ಗಂಡು ನಾಯಿಗಳು ಸುತ್ತುತ್ತ, ಗಮನ ಸೆಳೆಯಲು ಯತ್ನಿಸುತ್ತವೆ.

ಜೀವಿಗಳಲ್ಲಿ ಅತ್ಯಂತ ಬುದ್ಧಿವಂತನಾದ ಮನುಷ್ಯ, ಪರಸ್ಪರ ಆಕರ್ಷಿಸಲು, ಗಮನ ಸೆಳೆಯಲು ತನ್ನದೇ ಆದ ಸಂಜ್ಞೆಗಳನ್ನು ರೂಢಿಸಿಕೊಂಡಿದ್ದಾನೆ. ಸ್ತ್ರೀಯರಿಗೆ ಹೋಲಿಸಿದರೆ, ಪುರುಷರು ಗಮನ ಸೆಳೆಯಲು ಯತ್ನಿಸುವುದು, ಮುನ್ನುಗ್ಗುವುದು ಹೆಚ್ಚು. ಕೆಲ ಪುರುಷರು ಹೆಣ್ಣುಗಳನ್ನು ಸೆಳೆಯುವುದರಲ್ಲಿ ಪರಿಣತಿ ಗಳಿಸಿರುತ್ತಾರೆ. ಅವರನ್ನು 'ಪಂಟರ್'ಗಳು ಎನ್ನುತ್ತಾರೆ! ಅವರೇನು ತ್ರಿಪುರ ಸುಂದರರಾಗಿರುವುದಿಲ್ಲ. ಆದರೆ, ಆಕರ್ಷಿಸುವ ಕೆಲ ಗುಣಗಳನ್ನು, ನಡೆಗಳನ್ನು, ಮನವೊಲಿಸುವ ಕಲೆಯನ್ನು ರೂಢಿಸಿಕೊಂಡಿರುತ್ತಾರೆ. ಇಂಥವರು ಬೇರೆ ಪುರುಷರ ದ್ವೇಷ, ಮತ್ಸರ, ಹೊಟ್ಟೆಕಿಚ್ಚಿಗೆ ಗುರಿಯಾಗುತ್ತಾರೆ. ಪುರುಷರಿಗೆ ಹೋಲಿಸಿದರೆ ಮಹಿಳೆಯರು ಹೆಚ್ಚು ಪ್ರಣಯ ಸಂಜ್ಞೆಗಳನ್ನು ಪ್ರಕಟಿಸುತ್ತಾರೆ.

ಡಾ. ಆಲ್ಬರ್ಟ್ ಇ. ಶೆಫ್ಲೆನ್ ತಮ್ಮ ಲೇಖನ 'ಕ್ವಾಸಿ ಕೋರ್ಟ್‌ಶಿಪ್ ಬಿಹೇವಿಯರ್ ಇನ್ ಸೈಕೋಥೆರಪಿ' (ಸೈಕೋಥೆರಪಿ ಪತ್ರಿಕೆಯಲ್ಲಿ ಪ್ರಕಟಿತ)ದಲ್ಲಿ ಬರೆಯುತ್ತಾರೆ, 'ಪ್ರಣಯ ಕೇಳಿಗೆ ಸಂಪೂರ್ಣವಾಗಿ ಸಜ್ಜಾಗಿರುವ ಕೆಲವರಿಗೆ ಅದು ಗೊತ್ತೇ ಇರುವುದಿಲ್ಲ. ಆದರೆ, ತಾವು ಲೈಂಗಿಕವಾಗಿ ಅತ್ಯಂತ ಕ್ರಿಯಾಶೀಲರು ಎಂದುಕೊಂಡಿರುವವರು ಕೆಲವೊಮ್ಮೆ ಅದನ್ನು ಪ್ರಕಟಿಸುವುದೇ ಇಲ್ಲ. ಪ್ರಣಯ

ಸನ್ನದ್ಧತೆಯ ವೇಳೆ ಸ್ನಾಯುಗಳು ಹುರುಪುಗೊಳ್ಳುತ್ತವೆ. ಜೋಲು ಬೀಳುವಿಕೆ ಇಲ್ಲವಾಗುತ್ತದೆ, ಕಣ್ಣುಗಳ ಸುತ್ತಲಿನ ಚರ್ಮದ ಮಡಿಕೆ ಕಡಿಮೆಯಾಗುತ್ತದೆ, ಶರೀರದ ಮೇಲ್ಭಾಗ (ಮುಂಡ) ನೆಟ್ಟಗಾಗುತ್ತದೆ ಹಾಗೂ ಹೊಟ್ಟೆಯ ಡೊಳ್ಳು ಕಡಿಮೆಯಾಗುತ್ತದೆ.'

ಡಾ.ಶೆಫ್ಲೆನ್ ಹೇಳಿಕೆ ಎಲ್ಲ ಕಡೆಯೂ ಮಾನ್ಯ. ಪಾರ್ಕ್ ಇಲ್ಲವೇ ಬೀಚ್‌ಗಳಲ್ಲಿ ನಡಿಗೆ ಇಲ್ಲವೇ ಜಾಗಿಂಗ್‌ನಲ್ಲಿ ತೊಡಗಿರುವವರನ್ನು ಗಮನಿಸಿ. ಹೆಣ್ಣು, ಗಂಡು ಎದುರಿನಿಂದ ಪರಸ್ಪರ ಸಮೀಪಿಸುತ್ತಿರುವಾಗ ಕೆಲ ದೈಹಿಕ ಬದಲಾವಣೆಗಳು ಉಂಟಾಗುತ್ತವೆ. ಕಣ್ಣುಗಳು ಸಂಧಿಸುತ್ತವೆ. ಸ್ನಾಯುಗಳು ಬಿಗಿಯಾಗುತ್ತವೆ, ಕಣ್ಣಿನ ಸುತ್ತಲಿನ ಮಡಿಕೆ ಕಡಿಮೆಯಾಗುತ್ತದೆ, ಎದೆ ಉಬ್ಬುತ್ತದೆ, ಹೊಟ್ಟೆ ತನ್ನಿಂತಾನೆ ಒಳಹೋಗುತ್ತದೆ ಹಾಗೂ ದೇಹ ನೇರವಾಗುವ ಮೂಲಕ ವ್ಯಕ್ತಿಯ ವಯಸ್ಸು ಕಡಿಮೆಯಾದಂತೆ ಕಾಣುತ್ತದೆ. ಈ ಬದಲಾವಣೆಗಳು ಒಬ್ಬರನ್ನೊಬ್ಬರು ದಾಟಿ ಹೋಗುವ ತನಕ ಇರುತ್ತವೆ. ಬಳಿಕ ವ್ಯಕ್ತಿ ಮೊದಲಿನ ಸ್ಥಿತಿಗೇ ಬರುತ್ತಾನೆ.

ಪುರುಷರ ಪ್ರಣಯ ಸಂಜ್ಞೆಗಳು/ಸೂಚನೆಗಳು

ಇದು ಜಗತ್ತಿನ ಎಲ್ಲೆಡೆ ಕಂಡುಬರುವಂತದ್ದು. ಪುರುಷರ ಗುಂಪೊಂದಕ್ಕೆ ಮಹಿಳೆಯೊಬ್ಬಳು ಪ್ರವೇಶಿಸಿದ ತಕ್ಷಣ, ವಾತಾವರಣ ತತ್‌ಕ್ಷಣ ಬದಲಾಗುತ್ತದೆ. ವಯಸ್ಸು ಯಾವುದೇ ಇರಲಿ, ಪುರುಷರು ಆಕೆಯ ಇರುವಿಕೆಗೆ ಪ್ರತಿಕ್ರಿಯಿಸುತ್ತಾರೆ. ವಯಸ್ಸಿಗೆ ಅನುಗುಣವಾಗಿ ಸಂಜ್ಞೆಗಳು ಬದಲಾಗುತ್ತವೆ, ಅಷ್ಟೆ. ಟೈ ಸರಿಪಡಿಸಿಕೊಳ್ಳು

ಚಿತ್ರ 82 – ಪ್ರಣಯ ಸನ್ನದ್ಧ ಪುರುಷ.

ವುದು (ಚಿತ್ರ 82), ವಸ್ತ್ರದ ಮೇಲೆ ಧೂಳು ಕೊಡವಿಕೊಳ್ಳುವುದು, ಶರ್ಟ್–ಕೋಟ್ ಸರಿಪಡಿಸಿಕೊಳ್ಳುವುದು ಹಾಗೂ ಕೂದಲನ್ನು ನೇರ್ಪುಗೊಳಿಸಿಕೊಳ್ಳುವ ಮೂಲಕ ಯುವಕರು ಪ್ರತಿಕ್ರಿಯಿಸುತ್ತಾರೆ. ಟೈ ಧರಿಸದವರು ಕಾಲರ್‌ನ್ನು ಸರಿಪಡಿಸಿಕೊಳ್ಳುವುದಿದೆ.

ಸ್ತ್ರೀಯರ ಕುರಿತು ಹೆಚ್ಚು ಆಕ್ರಮಣಶೀಲರು ಬೆಲ್ಟ್‌ನಲ್ಲಿ ಹೆಬ್ಬೆರಳು ತೂರಿಸುತ್ತಾರೆ. ದೇಹವನ್ನು ಸಂಪೂರ್ಣವಾಗಿ ಆಕೆಯ ಕಡೆಗೆ ತಿರುಗಿಸುವುದರಿಂದ, ಪಾದ ಆಕೆಯ ಕಡೆ ತಿರುಗುತ್ತದೆ. ಆಕೆಯನ್ನು ತೀಕ್ಷ್ಣವಾಗಿ ನೋಡುವುದಲ್ಲದೆ, ಆಕೆಯ ನೋಟವನ್ನು ಹೆಚ್ಚು ಕಾಲ ಹಿಡಿದಿಡುತ್ತಾನೆ. ಆತನ ಪಾಪೆಗಳು ಹಿಗ್ಗುತ್ತವೆ, ತನ್ನ ಕೈಗಳನ್ನು ಸೊಂಟದ ಮೇಲೆ ಇರಿಸುತ್ತಾನೆ.

ಕುಳಿತವರು ತಮ್ಮ ಕಾಲುಗಳನ್ನು ಬಿಡಿಸುವ ಮೂಲಕ ಗುಪ್ತಾಂಗ ಕಾಣುವಂತೆ ಮಾಡುತ್ತಾರೆ. ದೇಹವನ್ನು ನೇರವಾಗಿಸಿ, ತೋಳುಗಳನ್ನು ಹಿಂದೊತ್ತುತ್ತಾರೆ. ಒಂದೊಮ್ಮೆ ಮಹಿಳೆ ಸಕಾರಾತ್ಮಕವಾಗಿ ಸ್ಪಂದಿಸಿದಲ್ಲಿ ಹೆಮ್ಮೆಪಡುತ್ತಾರೆ. ವಕ್ರಬುದ್ಧಿಯವರು ಸಭ್ಯವಲ್ಲದ ಸಂಜ್ಞೆಗಳನ್ನು ತೋರಿಸುತ್ತಾರೆ. ನಾಲಿಗೆಯನ್ನು ಮುಂಚಾಚಿ ಒಳಗೆ ಸೆಳೆದುಕೊಳ್ಳುವುದು, ನಾಲಿಗೆಯನ್ನು ಮೇಲ್ತುಟಿಗೆ ತಾಗಿಸುವುದು, ಮುಷ್ಟಿ ಹಾಗೂ ಅಸಭ್ಯ ಹಸ್ತ ಚೇಷ್ಟೆ, ಗುಪ್ತಾಂಗವನ್ನು ಉಜ್ಜಿಕೊಳ್ಳುತ್ತ ಶೀಟಿ ಹೊಡೆಯುವುದು ಮತ್ತಿತರ ಅಸಭ್ಯ ಸಂಜ್ಞೆಗಳನ್ನು ಪ್ರದರ್ಶಿಸುತ್ತಾರೆ. ಇವೆಲ್ಲ ಶಿಕ್ಷಾರ್ಹ ಅಪರಾಧ. ಆದರೆ, ಇವೆಲ್ಲ 'ಪ್ರದರ್ಶನ ಪ್ರವೃತ್ತಿ'ಗೆ ಸೇರುವಂಥವು.

ವ್ಯಕ್ತಿ ಮಹಿಳೆಯತ್ತ ನೋಡುತ್ತ ತನ್ನ ತೊಡೆಯನ್ನು ಸ್ಪರ್ಶಿಸಿದರೆ, ಅದು ಕಾಮಾಸಕ್ತಿಯ ಸಂಜ್ಞೆ. 'ಮಹಾಭಾರತ'ದಲ್ಲಿ ದುರ್ಯೋಧನ ದ್ರೌಪದಿಯೆಡೆಗೆ ನೋಡುತ್ತ ತನ್ನ ತೊಡೆಯನ್ನು ತಟ್ಟುತ್ತಾನೆ. ಸಭಾಸದರು, ಆಸ್ಥಾನಿಕರು, ಸಾಮಂತ ರಾಜರು ತುಂಬಿದ್ದ ದರ್ಬಾರಿನಲ್ಲಿ ದುರ್ಯೋಧನನ ಈ ನಡವಳಿಕೆಗೆ ಪಾಂಡವರು ಆಕ್ಷೇಪ ವ್ಯಕ್ತಪಡಿಸುತ್ತಾರೆ. ಭೀಮ ಕುದ್ದು ಹೋಗುತ್ತಾನೆ. ಯುದ್ಧದಲ್ಲಿ ದುರ್ಯೋಧನನ ತೊಡೆ ಮುರಿಯುವ ಮೂಲಕ ಸೇಡು ತೀರಿಸಿಕೊಳ್ಳುತ್ತಾನೆ.

ಸ್ತ್ರೀಯರ ಪ್ರಣಯ ಸಂಜ್ಞೆಗಳು

ಪುರುಷರಂತೆ ಮಹಿಳೆಯರು ಕೂಡಾ ತಲೆಕೂದಲು–ಬಟ್ಟೆಯನ್ನು ಸರಿಪಡಿಸಿಕೊಳ್ಳುವುದು, ತಮ್ಮ ಶರೀರವನ್ನು ಪುರುಷರೆಡೆಗೆ ತಿರುಗಿಸುವುದು, ಉಗುರನ್ನು ನೋಡಿ ಕೊಳ್ಳುವುದು, ನೇರವಾಗಿ ದಿಟ್ಟಿಸಿ ದೀರ್ಘಕಾಲ ನೋಡುವುದು–ಮತ್ತಿತರ ಸಂಜ್ಞೆಗಳನ್ನು ಪ್ರದರ್ಶಿಸುತ್ತಾರೆ.

ಒಂದೊಮ್ಮೆ ಪ್ರಣಯಕ್ಕೆ ಸಿದ್ಧಗೊಂಡರೆ, ದೇಹದಲ್ಲಿ ಹಲವು ಬದಲಾವಣೆ ಆಗುತ್ತದೆ. ಕಣ್ಣಿನ ಪಾಪೆ ಹಿಗ್ಗುತ್ತದೆ, ಕದಪುಗಳು ಹೊಳೆಯಲಾರಂಭಿಸುತ್ತವೆ. ಕನ್ನಡಿಯೆಡೆಗೆ ತಿರುಗಿ ಇಲ್ಲವೇ ಓರೆಯಾಗಿ ತಮ್ಮ ಪ್ರತಿಬಿಂಬವನ್ನು ನೋಡುವುದು, ಉಪಾಸ್ಥಾಶಯ (ಯೋನಿ ಪ್ರದೇಶ) ಸೂಕ್ಷ್ಮವಾಗಿ ಕದಲುತ್ತದೆ, ಕಾಲುಗಳನ್ನು ಜೋಡಿಸುವುದು, ತೆರೆಯುವುದು, ತೋಳು, ತೊಡೆ ಹಾಗೂ ಮೊಳಕಾಲನ್ನು ಸ್ಪರ್ಶಿಸುವುದು ಮತ್ತಿತರ ಸಂಜ್ಞೆಗಳನ್ನು ಪ್ರದರ್ಶಿಸುತ್ತಾರೆ.

ಧರಿಸಿದ ಚಪ್ಪಲಿ–ಶೂನ್ನು ಬೆರಳುಗಳನ್ನು ಬಳಸಿ ಸೂಕ್ಷ್ಮವಾಗಿ ಸಮತೋಲನ ಕಾಯ್ದುಕೊಳ್ಳುವುದು ತಾನು ನಿರ್ದಿಷ್ಟ ವ್ಯಕ್ತಿಯ ಸಹವಾಸದಲ್ಲಿ ಆರಾಮವಾಗಿದ್ದೇನೆ ಎಂಬುದರ ಸೂಚನೆ. ಒಂದೊಮ್ಮೆ ಆಕೆಗೆ ಕಿರಿಕಿರಿಯಾದರೆ, ತಕ್ಷಣ ಚಪ್ಪಲಿ–ಶೂ ತೊಡುತ್ತಾಳೆ. ಕೆಲ ಮಹಿಳೆಯರು ತೊಡೆಯ ಮೇಲೆ ತೊಡೆ ಹಾಕಿಕೊಂಡು ಆಸಕ್ತಿಯ ಸಂಜ್ಞೆ ಪ್ರಕಟಿಸುತ್ತಾರೆ. ಈ ಸಂಜ್ಞೆ ಜತೆಗೆ ದೃಷ್ಟಿಗೆ ದೃಷ್ಟಿ ಕೂಡಿಸಿದರೆ, ಅದು ಆಸಕ್ತಿಯ ಸೂಚನೆ.

ಪೃಷ್ಟದ ಕುಲುಕಾಟ

ಮಹಿಳೆಯರು ನಡೆದಾಗ ಪೃಷ್ಟದ ಕುಲುಕಾಟದಿಂದ ಉಪಸ್ಥಾಶಯ ಪ್ರಕಟಗೊಳ್ಳುತ್ತದೆ. ಮಹಿಳಾ ಮಾಡೆಲ್‌ಗಳು ಕ್ಯಾಟ್‌ವಾಕ್‌ನಲ್ಲಿ ಮಾಡುವುದು ಇದನ್ನೇ. ಲೈಂಗಿಕ ಕಾರ್ಯಕರ್ತೆಯರು ಪೃಷ್ಟದ ಕುಲುಕಾಟದ ಮೂಲಕ ಪುರುಷರನ್ನು ಆಕರ್ಷಿಸಲು ಯತ್ನಿಸುತ್ತಾರೆ. 'ಗಜಗಾಮಿನಿ' ಎಂದೇ ಕರೆಸಿಕೊಳ್ಳುವ ಈ ಕುರಿತು ಅಪಾರ ಸಾಹಿತ್ಯ ಸೃಷ್ಟಿಯಾಗಿದೆ. ಖ್ಯಾತ ಕಲಾವಿದ ಎಂ.ಎಫ್.ಹುಸೇನ್ ಈ ಕುರಿತು ಚಿತ್ರವೊಂದನ್ನು ನಿರ್ಮಿಸಿದ್ದಾರೆ. ಯುವತಿಯೊಬ್ಬಳು ಪೃಷ್ಟವನ್ನು ಕುಲುಕಿಸುತ್ತ ನಡೆದರೆ, ಎಲ್ಲ ಗಂಡಸರೂ ಆ ಕಡೆಗೆ ದೃಷ್ಟಿ ಹರಿಸುವುದು ಸಹಜ. ಕೆಲವರ ಹೃದಯ ಜೋರಾಗಿ ಬಡಿದುಕೊಳ್ಳುತ್ತದೆ. ಪೃಷ್ಟದ ಜತೆಗೆ ಸೊಂಟವೂ ತೊನೆಯುವುದರಿಂದ ಮಹಿಳೆಯ 'ಸೆಕ್ಸ್ ಅಪೀಲ್' ಹೆಚ್ಚುತ್ತದೆ.

ತುಸು ತೆರೆದ ಬಾಯಿ, ಒದ್ದೆ ತುಟಿ

ಒದ್ದೆ ತುಟಿ ಪ್ರಣಯಕ್ಕೆ ನೀಡಿದ ಕರೆಯೋಲೆ. ಡಾ.ಡೆಸ್ಮಂಡ್ ಮಾರಿಸ್ ಒದ್ದೆ ತುಟಿಯನ್ನು 'ಯೋನಿಯ ಸಂಕೇತ' ಎನ್ನುತ್ತಾರೆ. ಮಹಿಳೆಯರು ಜೊಲ್ಲು ಇಲ್ಲವೇ ಲಿಪ್‌ಸ್ಟಿಕ್ ಮೂಲಕ ತಮ್ಮ ತುಟಿಯನ್ನು ಒದ್ದೆ ಮಾಡಿಕೊಳ್ಳುತ್ತಾರೆ. ಇಂಥ ಸಂಜ್ಞೆ ಪ್ರದರ್ಶಿಸುವವರನ್ನು 'ಅತ್ಯಾಧುನಿಕ ಮಹಿಳೆ' ಎಂದುಕೊಳ್ಳಬೇಕಿಲ್ಲ, ಸಂಪ್ರದಾಯ ಶೀಲ ಸಮಾಜದಲ್ಲಿ ಮಹಿಳೆಯರು ಈ ಸಂಜ್ಞೆಯನ್ನು ಸಾಮಾನ್ಯವಾಗಿ ತೋರ್ಪಡಿಸುವುದಿಲ್ಲ, ಜಾಹೀರಾತು, ಮಾಡೆಲಿಂಗ್ ಹಾಗೂ ಸೆಕ್ಸ್ ಉದ್ಯಮದಲ್ಲಿ ಇರುವವರು ಈ ಸಂಜ್ಞೆ ಬಳಸುತ್ತಾರೆ. ಈ ಸಂಜ್ಞೆಯಿಂದ ಮಹಿಳೆಯರ 'ಸೆಕ್ಸ್ ಅಪೀಲ್' ಹೆಚ್ಚುತ್ತದೆ.

ಚಿತ್ರ 83 – ಕೊಲ್ಲುವ ಓರೆನೋಟ

ತಲೆ ಹಿಂದಕ್ಕೆ ಹಾರಿಸುವುದು

ಇದು ಜಗತ್ತಿನೆಲ್ಲೆಡೆ ಬಳಕೆ ಆಗುವ ಸಂಜ್ಞೆ. ಭುಜ ಇಲ್ಲವೇ ಮುಖದ ಮೇಲೆ ಬಂದ ಕೂದಲನ್ನು ತಲೆಯನ್ನು ಹಿಂದಕ್ಕೆ ಹಾರಿಸುವ ಮೂಲಕ ಸರಿಸುತ್ತಾರೆ. ಗಿಡ್ಡ ಕೂದಲಿನ ಮಹಿಳೆಯರು ಕೂಡ ಪುರುಷರ ಸಾನ್ನಿಧ್ಯದಲ್ಲಿ ಈ ಸಂಜ್ಞೆ ಪ್ರಕಟಿಸುತ್ತಾರೆ. ಇದು ಪ್ರಣಯಾಸಕ್ತಿಯ ಸೂಚನೆ.

ಕಾಲುಗಳ ವಿಸ್ತರಣೆ

ಲೈಂಗಿಕವಾಗಿ ಮುಂದೊತ್ತುವ ಸ್ವಭಾವದ ಮಹಿಳೆಯರು ಕುಳಿತಾಗ ಇಲ್ಲವೇ ನಿಂತಾಗ ಈ ಸಂಜ್ಞೆಯನ್ನು ಪ್ರದರ್ಶಿಸುತ್ತಾರೆ. ಇದು ಪುರುಷರು ಸನಿಹದಲ್ಲಿ ಇಲ್ಲದಿರುವಾಗ ಪ್ರಕಟವಾಗುವಂಥದ್ದು. ಲೈಂಗಿಕತೆಯಲ್ಲಿ ರಕ್ಷಣಾತ್ಮಕ ನಿಲುವಿನ ಮಹಿಳೆಯರು ತಮ್ಮ ಕಾಲನ್ನು ಒಟ್ಟಿಗೆ ಇಲ್ಲವೇ ಒಂದರ ಮೇಲೆ ಇನ್ನೊಂದನ್ನು ಇರಿಸಿಕೊಳ್ಳುತ್ತಾರೆ.

ಓರೆ ನೋಟ

ಓರೆನೋಟ ಸುಂದರವಾದ ಸಂಜ್ಞೆ. ತಮ್ಮ ಪ್ರೀತಿಪಾತ್ರಳು ಈ ಸಂಜ್ಞೆ ಬಳಸುವುದನ್ನು ಪುರುಷರು ಇಷ್ಟಪಡುತ್ತಾರೆ (ಚಿತ್ರ 83). ಅರ್ಧ ಮುಚ್ಚಿದ ರೆಪ್ಪೆಗಳು, ದೀರ್ಘಕಾಲ ಪುರುಷನ ದೃಷ್ಟಿಗೆ ದೃಷ್ಟಿ ಕೂಡಿಸಿ, ಬಳಿಕ ಬೇರೆಡೆ ದೃಷ್ಟಿ ಹರಿಸಲಾಗುತ್ತದೆ. ಇಂಥ ನೋಟ ಪುರುಷನನ್ನು ಸೆಳೆಯುತ್ತದೆ. ತಮ್ಮನ್ನು ದಾಟಿ ಹೋದ ಸುಂದರ

ಚಿತ್ರ 84–ಪ್ರಣಯಾಸಕ್ತಿ ತೋರ್ಪಡಿಸುವ ಭಂಗಿ.

ಪುರುಷನನ್ನು ಕೆಲ ಮಹಿಳೆಯರು ತಲೆ ಹಿಂದೆ ತಿರುಗಿಸಿ ನೋಡುವುದಿದೆ. ಇದು ಆ ಪುರುಷನ ಬಗೆಗಿನ ಆಸಕ್ತಿಯ ಸೂಚನೆ. ಇಬ್ಬರಿಗೂ ಆಸಕ್ತಿಯಿದ್ದಲ್ಲಿ ಇದು ದೀರ್ಘಕಾಲೀನ ಸ್ನೇಹಕ್ಕೆ ದಾರಿ ಮಾಡಿಕೊಡುವುದಿದೆ.

ತುಟಿರಂಗು ಬಳಕೆ

ಲಿಪ್‌ಸ್ಟಿಕ್ ಬಳಕೆ ಹಳೆಯ ತಂತ್ರ. ಸ್ತ್ರೀಯರು ಲೈಂಗಿಕವಾಗಿ ಉದ್ರೇಕಗೊಂಡಾಗ, ಆಕೆಯ ತುಟಿ, ಸ್ತನ ಹಾಗೂ ಯೋನಿಯ ಗಾತ್ರ ಹೆಚ್ಚುತ್ತದೆ ಹಾಗೂ ಈ ಅಂಗಗಳಲ್ಲಿ ರಕ್ತಚಲನೆ ಹೆಚ್ಚಿ ಕೆಂಪಾಗುತ್ತವೆ. ಆದರೆ, ಕೆಂಪು ತುಟಿಯನ್ನು ಆಹ್ವಾನ ಎಂದು ಭಾವಿಸಬಾರದು. ಈಗ ಲಿಪ್‌ಸ್ಟಿಕ್‌ಗಳು ಎಲ್ಲ ಬಣ್ಣಗಳಲ್ಲಿ ಲಭ್ಯವಿವೆ. ಜತೆಗೆ ಲಿಪ್‌ಸ್ಟಿಕ್ ಬಳಕೆ ಸಾರ್ವತ್ರಿಕವಾಗಿದೆ.

ಸಿಗರೆಟ್, ಸಿಗಾರ್ ಇಲ್ಲವೇ ಕೊಳವೆಯಾಕಾರದ ವಸ್ತುಗಳನ್ನು ಮುದ್ದಾಡುವುದು ಪುರುಷರ ಗಮನವನ್ನು ಸೆಳೆಯುವ ಸ್ಪಷ್ಟ ಸೂಚನೆ.

ಕಾಲು ಮಡಿಸಿ ಕೂರುವುದು

ಹಲವು ಅಧ್ಯಯನಗಳ ಪ್ರಕಾರ, ಪ್ರಣಯಾಸಕ್ತ ಮಹಿಳೆಯರು ಕಾಲುಗಳನ್ನು ಕೆಲ ನಿರ್ದಿಷ್ಟ ಭಂಗಿಯಲ್ಲಿ ಬಳಸುತ್ತಾರೆ. ಅದರಲ್ಲಿ ಒಂದು–ಮಂಡಿ ಗುರಿ (ಚಿತ್ರ 84). ಈ ಭಂಗಿಯಲ್ಲಿ ಮಹಿಳೆ ಒಂದು ಕಾಲನ್ನು ಇನ್ನೊಂದರಡಿ ಮಡಿಸಿಟ್ಟು ಇನ್ನೊಂದು ಮಂಡಿಯನ್ನು ಪುರುಷನೆಡೆಗೆ ಗುರಿ ಮಾಡುತ್ತಾಳೆ. ಈ ಭಂಗಿಯಲ್ಲಿ

ಚಿತ್ರ 85 – ಪ್ರಣಯಾಸಕ್ತಳ ಭಂಗಿ

ಆಕೆಯ ತೊಡೆ ಪುರುಷನಿಗೆ ಪ್ರದರ್ಶಿಸಲ್ಪಡುತ್ತದೆ. ಕೆಲವೊಮ್ಮೆ ಬೇಕೆಂದೇ ವಸ್ತ್ರವನ್ನು ಹಿಂದೆ ಸರಿಸಿ, ತೊಡೆಯನ್ನು ತೋರಿಸುವುದೂ ಇದೆ.

ಇನ್ನೊಂದು ಭಂಗಿಯಲ್ಲಿ (ಚಿತ್ರ 85) ಕಾಲಿನಿಂದ ಚಪ್ಪಲಿ ಇಲ್ಲವೇ ಶೂ ಅನ್ನು ಸ್ವಲ್ಪ ಜಾರಿಸಿ, ಮತ್ತೆ ಧರಿಸಲಾಗುತ್ತದೆ. ಪಾದದ ಪ್ರದರ್ಶನ–ಮುಚ್ಚುವಿಕೆ ನಡೆಯುತ್ತದೆ.

ಇನ್ನೊಂದು ಭಂಗಿಯಲ್ಲಿ (ಚಿತ್ರ 86) ಒಂದು ಕಾಲನ್ನು ಇನ್ನೊಂದರಲ್ಲಿ ಭದ್ರವಾಗಿ ಒತ್ತುವ ಜತೆಗೆ ಅಡ್ಡಗಾಲು ಹಾಕಿಕೊಳ್ಳಲಾಗುತ್ತದೆ. ಇದರಿಂದ ತೊಡೆಯ ಬಿಗಿದ ಸ್ನಾಯುಗಳು ಪ್ರದರ್ಶನಗೊಳ್ಳುತ್ತವೆ. ಡಾ.ಶೆಫ್ಲೆನ್ ಪ್ರಕಾರ, ಇದು ಜಗತ್ತಿನೆಲ್ಲೆಡೆ ಬಳಸಲ್ಪಡುವ ಸಂಜ್ಞೆ.

ಕೆಲ ಮಹಿಳೆಯರು ಕಾಲುಗಳನ್ನು ನಿಧಾನವಾಗಿ ಒಂದರ ಮೇಲೆ ಇನ್ನೊಂದನ್ನು ಹಾಕುತ್ತ, ತೆಗೆಯುತ್ತ ಇರುತ್ತಾರೆ. ಜತೆಗೆ, ತೊಡೆಯನ್ನು ನಿಧಾನವಾಗಿ ಕೈಯಿಂದ ತಟ್ಟುತ್ತಿರುತ್ತಾರೆ. ಇದು ಸ್ಪರ್ಶಿಸಲಿ, ಮುದ್ದಾಡಲಿ ಎಂಬ ಸೂಚನೆ. ಆದರೆ, ಇಂಥ ಸೂಚನೆ ಆಕೆಯ ಮೇಲೆ ಬೀಳಲು ನೀಡಿದ ಲೈಸೆನ್ಸ್ ಅಲ್ಲ. ಮಹಿಳೆಯ ಸಂಪೂರ್ಣ ಸಹಮತವಿಲ್ಲದೆ ಆಕೆಯ ಸ್ಪರ್ಶ, ಸಂಪರ್ಕ ಕೂಡದು.

ಪೃಷ್ಠದ ತಾಡನ, ಕೈಬೆರಳಿನಿಂದ ತುಟಿಗಳನ್ನು ಸ್ಪರ್ಶಿಸುವುದು, ಬೆಲ್ಟ್‌ನಲ್ಲಿ

ಚಿತ್ರ 86 - ಅತ್ಯಾಕರ್ಷಕ ಭಂಗಿ

ಹೆಬ್ಬೆಟ್ಟನ್ನು ತೂರಿಸುವುದು ಮತ್ತಿತರ ಸಂಜ್ಞೆಗಳನ್ನು ಬಳಸುವವರೂ ಇದ್ದಾರೆ. ಜಿಪ್ ಇಲ್ಲವೇ ಬಟನ್‌ಗಳಿರುವ ಟಾಪ್ ಧರಿಸಿರುವವರು, ಅದನ್ನು ಸಡಿಲಗೊಳಿಸುವುದೂ ಇದೆ.

ಇಂದಿನ ಉಡುಪು ಊಹೆಗೆ ಏನೂ ಬಿಡದಂತೆ ಎಲ್ಲವನ್ನೂ ತೋರಿಸುತ್ತದೆ. ಲೋವೆಯ್ಸ್ಟ್‌ಗಳು, ದೇಹಕ್ಕೆ ಅಂಟಿಕೊಳ್ಳುವ ಟಾಪ್‌ಗಳು, ಚಿತ್ರವಿಚಿತ್ರ ಸಂದೇಶಗಳ ವಸ್ತ್ರಗಳು ದೊರೆಯುತ್ತವೆ. ಇದನ್ನು ಧರಿಸಿದವರೆಲ್ಲ ಲೈಂಗಿಕ ಸಂಪರ್ಕಕ್ಕೆ ಕಾತರಿಸುತ್ತಿದ್ದಾರೆ ಎಂದು ಭಾವಿಸಬಾರದು. ಅದು ಮೂರ್ಖತನದ ಪರಮಾವಧಿ ಆದೀತು.

❑

14

ನಿರೀಕ್ಷೆಯ ಸಂಜ್ಞೆಗಳು

ನಾವು ವ್ಯಕ್ತಿಯೊಬ್ಬನಿಂದ ಹಣ ಇಲ್ಲವೇ ಬೇರೆ ಲಾಭ ನಿರೀಕ್ಷಿಸಿದಾಗ ಅದನ್ನು ಸಂವಹಿಸಲು ನಿರ್ದಿಷ್ಟ ಸಂಜ್ಞೆಗಳನ್ನು ಬಳಸುತ್ತೇವೆ. ಮಾತನ್ನಾಡಲು ಇಷ್ಟವಿಲ್ಲದಿದ್ದಾಗ ಈ ಸಂಜ್ಞೆಗಳು ಬಳಕೆಯಾಗುತ್ತವೆ.

ಹೆಬ್ಬೆರಳು ಹಾಗೂ ತೋರು ಬೆರಳನ್ನು ಉಜ್ಜುವ ಮೂಲಕ ಹಣ ಅಪೇಕ್ಷಿಸು ತ್ತಿದ್ದೇವೆ ಎಂಬ ಸಂದೇಶ ನೀಡಲಾಗುತ್ತದೆ. ವಾಚ್‌ಮನ್‌ಗಳು, ವೇಟರ್‌ಗಳು, ರೂಂಬಾಯ್‌ಗಳು ಇಂಥ ನಾನಾ ಸಂಜ್ಞೆಗಳನ್ನು ಬಳಸುತ್ತಾರೆ. ಬಳಸುವ ಭಾಷೆ ಹಾಗೂ ಮಾತಿನ ನಡುವೆ ತಡೆ ಕೂಡಾ ಇಂಥ ಸಂದರ್ಭಗಳಲ್ಲಿ ಬಳಕೆಯಾಗುತ್ತದೆ. ರೂಂಬಾಯ್ ಸೌಜನ್ಯದಿಂದ, 'ಎಲ್ಲವೂ ಸರಿಯಾಗಿತ್ತೇ? ನೀವಿಲ್ಲಿ ಆರಾಮವಾಗಿ ಇದ್ದಿರೆಂದು ಭಾವಿಸುತ್ತೇನೆ' ಎಂದು ಕೇಳಿ ಕೊಠಡಿಯಲ್ಲೇ ನಿಂತನೆಂದರೆ, ಅತಿಥಿ ಮಾತನ್ನಾಡಲೇಬೇಕು ಇಲ್ಲವೇ ಸ್ವಲ್ಪ ಹಣ ನೀಡಬೇಕಾಗುತ್ತದೆ. ಹೋಟೆಲ್‌ನಲ್ಲಿ ಸರ್ವೀಸ್ ನೀಡಿದ ವೇಟರ್ 'ಊಟ ಚೆನ್ನಾಗಿತ್ತಾ? ಮತ್ತೇನಾದರೂ ಬೇಕಾ? ಬಿಲ್ ಕೊಡಲಾ?' ಎಂದು ಬಿಲ್ ಕೊಡುತ್ತಾನೆ. ನೀವು ಸ್ವಲ್ಪ ಹಣ ನೀಡಿದರೆ, ಆತ ಮುಗುಳ್ನಕ್ಕು ನಮಸ್ಕರಿಸುತ್ತಾನೆ.

ಅಂಗೈ ತಿಕ್ಕುವುದು

ಅಂಗೈಯನ್ನು ತಿಕ್ಕುವುದು ಕೆಲವರು ಬಳಸುವ ವಾಚ್ಯವಲ್ಲದ ಸಂಜ್ಞೆ. ನೀವು ಕೆಲಸ ಬದಲಿಸಬೇಕೆಂದು ನಿರ್ಧರಿಸಿ, ಕನ್ಸಲ್ಟೆನ್ಸಿಯೊಂದಕ್ಕೆ ಹೋಗಿದ್ದೀರಿ ಎಂದಿಟ್ಟುಕೊಳ್ಳಿ. ಕೆಲಸದ ಲಭ್ಯತೆ ಬಗ್ಗೆ ಹೇಳಿದ ಅಲ್ಲಿನ ವ್ಯಕ್ತಿ ತನ್ನ ಅಂಗೈಯನ್ನು

ಚಿತ್ರ 87 – ಇದಕ್ಕಾಗಿ ನೀವು ಹಣ ಕೊಡಬೇಕಾಗುತ್ತದೆ.

ಉಜ್ಜುತ್ತ 'ನಿಮಗೆ ಸೂಕ್ತವಾದ ಕೆಲಸವೊಂದು ಇದೆ' ಎನ್ನುತ್ತಾನೆ. ಇದರರ್ಥ–ಆತ ನೋಡಿಕೊಡುವ ಕೆಲಸಕ್ಕಾಗಿ ನೀವು ಶುಲ್ಕ ಕೊಡಬೇಕು (ಚಿತ್ರ 87). ಒಂದೊಮ್ಮೆ ಆತ ಕೆಲಸದ ಲಭ್ಯತೆ ಬಗ್ಗೆ ವಿವರಿಸುತ್ತ, ಅಂಗೈಯನ್ನು ನಿಧಾನವಾಗಿ ಉಜ್ಜಿಕೊಂಡ ಎಂದರೆ, ಆತ ನಿಮ್ಮಿಂದ ಹಣ ನಿರೀಕ್ಷಿಸುತ್ತಿದ್ದಾನೆ. ಆದರೆ, ಅದನ್ನು ಸೂಕ್ಷ್ಮವಾಗಿ ಹೇಳುತ್ತಿದ್ದಾನೆ.

ಇದೇ ರೀತಿ ಗ್ರಾಹಕನೊಬ್ಬ ತನ್ನ ಅಂಗೈಯನ್ನು ಉಜ್ಜಿ 'ಇದಕ್ಕಿಂತ ಉತ್ತಮವಾದದ್ದನ್ನು ತೋರಿಸಿ' ಎಂದರೆ, ಆತ ಇನ್ನಷ್ಟು ಉತ್ತಮ ಗುಣಮಟ್ಟದ ಪದಾರ್ಥ ಇದ್ದಲ್ಲಿ ಅದನ್ನು ಖರೀದಿಸಲು ಸಿದ್ಧವಿದ್ದಾನೆ ಎಂದು ಅರ್ಥ. ಆದರೆ ಚಳಿಗಾಲದಲ್ಲಿ ಕೈಗಳನ್ನು ಬೆಚ್ಚಗಾಗಿಸಿಕೊಳ್ಳಲು ಉಜ್ಜುತ್ತಾರೆ. ಅಷ್ಟಲ್ಲದೆ, ಈ ಸಂಜ್ಞೆ ಬಳಸುವ ಮೂಲಕ ಗ್ರಾಹಕರನ್ನು ನಂಬಿಸಬೇಕು ಎಂದು ಮಾರಾಟ ಪ್ರತಿನಿಧಿಗಳಿಗೆ ತರಬೇತಿ ನೀಡಿರುತ್ತಾರೆ. ಇದನ್ನೂ ಪರಿಗಣಿಸಬೇಕಾಗುತ್ತದೆ.

ಕೆಲವೊಮ್ಮೆ ಹಿರಿಯರನ್ನು ಕಂಡ ಮಕ್ಕಳು ತಮ್ಮ ಅಂಗೈಗಳನ್ನು ಉಜ್ಜುವುದಿದೆ. ತಂದೆ ಚೀಲದಲ್ಲಿ ಮನೆಗೆ ದಿನಸಿ ತಂದಾಗ, ತಮಗೇನಾದರೂ ತಂದಿದ್ದಾರೆ ಎಂದು ಸಣ್ಣ ಮಕ್ಕಳು ಅಂಗೈ ಉಜ್ಜುತ್ತಾರೆ.

ಅಂಗೈ ಉಜ್ಜುವ ಪ್ರವೃತ್ತಿಯ ಅರ್ಥೈಸುವಿಕೆ ಬಹಳ ಮುಖ್ಯವಾದುದು. ಚಟುವಟಿಕೆಯೊಂದನ್ನು ಅರ್ಥ ಮಾಡಿಕೊಳ್ಳುವ ಮುನ್ನ ಕೆಲವರು ಅಂಗೈಗಳನ್ನು

ವಾಷಿಂಗ್‌ಮಶಿನ್‌ನಂತೆ ಉಜ್ಜುತ್ತಾರೆ. ಈ ಮೂಲಕ ವಿಷಯ ತಿಳಿದುಕೊಳ್ಳಬೇಕು ಎಂಬ ತೀವ್ರ ಆಸಕ್ತಿಯನ್ನು ಹೊರಹೊಮ್ಮಿಸುತ್ತಾರೆ. ಪಗಡೆ ಆಡುವವರು ದಾಳಗಳನ್ನು ಉರುಳಿಸುವ ಮುನ್ನ ಅಂಗೈ ಮಧ್ಯ ಇಟ್ಟುಕೊಂಡು, ಉಜ್ಜಿ ಉರುಳಿಸುತ್ತಾರೆ. ಒದ್ದೆಯಾದ ಅಂಗೈಯನ್ನು ಬಟ್ಟೆಗೆ ನಿಧಾನವಾಗಿ ಉಜ್ಜುವುದು ಕ್ಷೋಭೆಯ ಲಕ್ಷಣ. ಅಂಥ ಸಂದರ್ಭದಲ್ಲಿ ಮಹಿಳೆಯರು ಟಿಶ್ಯೂ ಕಾಗದ–ಕರವಸ್ತ್ರ ಹಾಗೂ ಪುರುಷರು ಪ್ಯಾಂಟ್‌ನ್ನು ಬಳಸುತ್ತಾರೆ. ಸಾಕ್ಷಿ ಹೇಳಲು ನ್ಯಾಯಾಲಯದ ಕಟಕಟೆಯಲ್ಲಿ ನಿಂತ ವ್ಯಕ್ತಿ ಇಲ್ಲವೇ ಭಾಷಣ ಮಾಡಿ ಅಭ್ಯಾಸವಿಲ್ಲದವ ಮೈಕ್ ಮುಂದೆ ನಿಂತಾಗ, ಒಂದಲ್ಲ ಒಂದು ರೀತಿ ಅಂಗೈಯಲ್ಲಿನ ಬೆವರು ಒರೆಸುವ ಸಂಜ್ಞೆ ಪ್ರದರ್ಶಿಸುತ್ತಾರೆ. ಇಂಥ ಉಜ್ಜುವಿಕೆಗೆ ಅಂಗೈಯಲ್ಲಿನ ಕಜ್ಜಿ ಕಾರಣವೇ ಎಂಬುದನ್ನು ಪರಿಶೀಲಿಸಿ, ಯಾವುದೇ ನಿರ್ಧಾರಕ್ಕೆ ಬರಬೇಕು.

ಹೆಬ್ಬೆರಳು–ಬೆರಳು ಉಜ್ಜುವುದು

ಹೆಬ್ಬೆರಳನ್ನು ತೋರು ಇಲ್ಲವೇ ಇತರ ಬೆರಳುಗಳಿಗೆ ಉಜ್ಜುವುದು ಹಣದ ನಿರೀಕ್ಷೆಯ ಸಂಜ್ಞೆ. ಸಾಲ ಪಡೆಯಲು ಬಂದಾತ ಕೂಡಾ ಇದೇ ಸಂಜ್ಞೆ ಬಳಸುತ್ತಾನೆ. ಮಾರಾಟ ಪ್ರತಿನಿಧಿಗಳಿಗೆ ಇಂಥ ಸಂಜ್ಞೆ ಮಾಡಬಾರದೆಂದು ಕೆಲ ಕಂಪನಿಗಳು ಸೂಚನೆ ಕೊಟ್ಟಿರುತ್ತವೆ. ಕಾರಣ, ಬುದ್ಧಿವಂತ ಗ್ರಾಹಕನೊಬ್ಬ ಇದನ್ನು ಕಂಡು ಖರೀದಿ ಮಾಡದೆ ಹೋಗುವ ಸಾಧ್ಯತೆ ಇದೆ.

ಬೆರಳುಗತ್ತರಿ

ತೋರುಬೆರಳಿನ ಮೇಲೆ ಮಧ್ಯದ ಬೆರಳನ್ನು ಅಡ್ಡವಾಗಿ ಇಟ್ಟರೆ, ಕೆಡುಕಿನ ವಿರುದ್ಧ ರಕ್ಷಣಾತ್ಮಕ ಸಂಜ್ಞೆಯಾಗುತ್ತದೆ. 'ಮ್ಯಾನೆರಿಸಂ ಆಫ್ ಸ್ಪೀಚ್ ಆ್ಯಂಡ್ ಗೆಶ್ಚರ್'ನಲ್ಲಿ ಡಾ. ಸ್ಯಾಂಡರ್ ಫೆಲ್ಡ್‌ಮನ್ ಹೇಳುತ್ತಾರೆ, 'ಇದೊಂದು ಜಾದೂ ಸಂಜ್ಞೆ, ಒಳಗಿನ ಇಲ್ಲವೇ ಹೊರಗಿನ ಕೆಡುಕಿನ ವಿರುದ್ಧದ ರಕ್ಷಣೆಯ ಸೂಚಕ'. ಯುವಜನ ಹಸಿ ಸುಳ್ಳೊಂದನ್ನು ಹೇಳಲು ಹಾಗೂ ಅದೃಷ್ಟ ಕುಲಾಯಿಸಲಿ ಎಂದು ಕೋರಲು ಈ ಸಂಜ್ಞೆ ಬಳಸುತ್ತಾರೆ. ತೀವ್ರ ಬಿಕ್ಕಟ್ಟಿನ ಸನ್ನಿವೇಶದಲ್ಲಿ ನೆರವು ಕೇಳುವ ಮುನ್ನ ಈ ಸಂಜ್ಞೆ ಮಾಡುವುದಿದೆ.

ಈ ಸಂಜ್ಞೆ ಇಬ್ಬರು ಸ್ನೇಹಿತರ ಆತ್ಮೀಯತೆಯ ಸೂಚಕ ಕೂಡಾ. ಅಮೆರಿಕದಲ್ಲಿ ತೋರು ಮತ್ತು ಮಧ್ಯದ ಬೆರಳನ್ನು ಒಟ್ಟಾಗಿಸಿ ತೋರಿಸಿದರೆ 'ನಾವಿಬ್ಬರು ಇನ್ನು ಸನಿಹದ ಸ್ನೇಹಿತರು' ಎಂದಾಗುತ್ತದೆ.

ಮುಕ್ತತೆಯ ಸಂಜ್ಞೆಗಳು

ಇಂಥ ಹಲವು ಸಂಜ್ಞೆಗಳಿವೆ.

1. ಮುಕ್ತ ಹಸ್ತಗಳು : ನಿಸ್ಪೃಹತೆ ಮತ್ತು ಮುಕ್ತತೆಯ ಲಕ್ಷಣ. ತೆರೆದ ಅಂಗೈ, ಭುಜ ಹಾರಿಸುವುದು–ಮುಕ್ತತೆಯ ಸಂಜ್ಞೆಗಳು.

2. ಕೋಟ್‌ನ ಗುಂಡಿ ತೆಗೆಯುವುದು : ತೆರೆದ ಮನಸ್ಸಿನವರು ಹಾಗೂ ಬೇರೆಯವರ ಜತೆ ಸ್ನೇಹಭಾವದಿಂದ ವರ್ತಿಸುವವರು ತಮ್ಮ ಕೋಟ್‌ನ ಗುಂಡಿಗಳನ್ನು ತೆಗೆಯುತ್ತಾರೆ ಇಲ್ಲವೇ ಕೋಟ್‌ನ್ನು ತೆಗೆದಿರಿಸುತ್ತಾರೆ. ಕುಳಿತಿದ್ದರೆ ಕಾಲನ್ನು ಒಂದರ ಪಕ್ಕ ಇರಿಸಿಕೊಂಡು, ಮಾತನ್ನಾಡುತ್ತಿರುವ ವ್ಯಕ್ತಿಯ ಬಳಿ ಸರಿಯುತ್ತಾರೆ.

ರಕ್ಷಣಾತ್ಮಕ ಸಂಜ್ಞೆಗಳು

ಎದೆ ಮೇಲೆ ಎರಡೂ ಕೈ ಕಟ್ಟಿಕೊಳ್ಳುವುದು ರಕ್ಷಣಾತ್ಮಕ ಭಂಗಿ. ಬಾಸ್ ಇಲ್ಲವೇ ಪ್ರತಿಸ್ಪರ್ಧಿಗಳು ಎದುರಾದರೆ, ಕೆಲವರು ಈ ಭಂಗಿ ಪ್ರದರ್ಶಿಸುತ್ತಾರೆ. ಕೈಯನ್ನು ಮುಷ್ಟಿ ಕಟ್ಟಿಕೊಳ್ಳುವುದೂ ಇದೆ. ತೋಳನ್ನು ಬೆರಳಿನಿಂದ ಬಿಗಿಯಾಗಿ ಹಿಡಿಯುವವರೂ ಇದ್ದಾರೆ. ಇದು ಒತ್ತಡದಲ್ಲಿರುವ ಸಂಜ್ಞೆ. ಮಹಿಳೆಯರು ಕೈಯನ್ನು ಎದೆಯಿಂದ ಸ್ವಲ್ಪ ಮಟ್ಟಿಗೆ ಕೆಳಭಾಗದಲ್ಲಿ ಕಟ್ಟಿಕೊಳ್ಳುತ್ತಾರೆ (ಚಿತ್ರ 88).

ಚೇರ್‌ನಲ್ಲಿ ತಿರುಗಿ ಕುಳಿತುಕೊಳ್ಳುವುದು

ಚೇರ್‌ನ ಹಿಂಭಾಗ ಕವಚದಂತೆ ಬಳಕೆಯಾಗುತ್ತದೆ. ಇಂಥ ವ್ಯಕ್ತಿ ಮುಂದಿರುವಾತನ ಬಗ್ಗೆ ತಲೆಕೆಡಿಸಿಕೊಳ್ಳುವುದಿಲ್ಲ. ಇಂಥವರು ಬಹುತೇಕ ಆಕ್ರಮಶೀಲ ಮನಸ್ಥಿತಿಯವರಾಗಿರುತ್ತಾರೆ.

ಚಿತ್ರ 88 – ರಕ್ಷಣಾತ್ಮಕ ಭಂಗಿ.

ಕುರ್ಚಿಯ ಕೈ ಇಟ್ಟುಕೊಳ್ಳುವ ಪಟ್ಟಿ ಮೇಲೆ ಕಾಲು ಹಾಕಿಕೊಳ್ಳುವಾತ ವೈರತ್ವ ಸಾಧಿಸುವ ಗುಣದವ. ಕೆಲವೊಮ್ಮೆ ಹಿರಿಯ ಅಧಿಕಾರಿಗಳು ತಮ್ಮ ಅಧಿಕಾರ/ ಹಿರಿತನ ಪ್ರದರ್ಶಿಸಲು ಹೀಗೆ ಕೂರುವುದಿದೆ.

ಅಡ್ಡಗಾಲಿಟ್ಟು ಕೂತ ಭಂಗಿ

ಇಂಥವರು ತೀವ್ರ ಸ್ಪರ್ಧೆ ಒಡ್ಡುತ್ತಾರೆ ಹಾಗೂ ಅವರನ್ನು ಎದುರಿಸಲು ಹೆಚ್ಚು ಸಿದ್ಧತೆ ಬೇಕಾಗುತ್ತದೆ. ಇದರ ಜತೆಗೆ, ವ್ಯಕ್ತಿ ಕೈಯನ್ನು ಎದೆ ಮೇಲೆ ಕಟ್ಟಿಕೊಂಡಿದ್ದರೆ, ಪರಿಸ್ಥಿತಿಯನ್ನು ನಿಭಾಯಿಸಲು ಹೆಚ್ಚು ಶ್ರಮ ವಹಿಸಬೇಕಾಗುತ್ತದೆ. ಮಹಿಳೆಯೊಬ್ಬಳು ಕಾಲಿನ ಮೇಲೆ ಕಾಲಿರಿಸಿ, ಪಾದವನ್ನು ಒದೆಯುವಂತೆ ಚಲಿಸಿದರೆ, ಆಕೆ ತೀರಾ ಬೇಸತ್ತಿದ್ದಾಳೆ ಎಂದರ್ಥ (ಚಿತ್ರ 89).

ಆಸಕ್ತ ಕೇಳುಗ

ನೀವು ಗುಂಪೊಂದನ್ನು ಉದ್ದೇಶಿಸಿ ಮಾತನ್ನಾಡುತ್ತಿದ್ದೀರಿ ಎಂದುಕೊಳ್ಳಿ. ವ್ಯಕ್ತಿಯೊಬ್ಬ ಕಣ್ಣು ಮಿಟುಕಿಸದೆ ನಿಮ್ಮನ್ನು ನೋಡುತ್ತ, ದೇಹವನ್ನು ನೇರವಾಗಿಟ್ಟು ಕೊಂಡು, ಪಾದವನ್ನು ನೆಲದ ಮೇಲೆ ಊರಿದ್ದಾನೆ ಎಂದಿಟ್ಟುಕೊಳ್ಳಿ. ಆತ ಗಮನವಿಟ್ಟು ಮಾತು ಕೇಳುತ್ತಿದ್ದಾನೆ ಎಂದು ನೀವು ಭಾವಿಸುತ್ತೀರಿ. ಆದರೆ, ವಾಸ್ತವ ಹಾಗಿರುವುದಿಲ್ಲ. ಆತ ನಟಿಸುತ್ತಿರುತ್ತಾನೆ ಅಷ್ಟೆ. ಕುರ್ಚಿಯ ತುದಿಯಲ್ಲಿ ಸ್ವಲ್ಪ ಮುಂದೆ ಬಗ್ಗಿ, ತಲೆಗೆ ಕೈಕೊಟ್ಟು ಕುಳಿತವ ನಿಮ್ಮ ಮಾತು ಕೇಳುತ್ತಿರುತ್ತಾನೆ.

ಚಿತ್ರ 89 – ಬೇಸತ್ತು ತಲೆ ಕೆಟ್ಟು ಕೂತಿದ್ದೇನೆ.

ಕೈ–ಕೆನ್ನೆ ಸಂಜ್ಞೆಗಳು

ಗದ್ದಕ್ಕೆ ಕೈ ಇಟ್ಟುಕೊಂಡವ ಮಾತನ್ನು ಆಸಕ್ತಿಯಿಂದ ಕೇಳುವ ಜತೆಗೆ, ತನ್ನ ಅಭಿಪ್ರಾಯಗಳನ್ನು ಮೌಲ್ಯಮಾಪನ ಮಾಡುತ್ತಿರುತ್ತಾನೆ. ಕೆಲವೊಮ್ಮೆ ಕಣ್ಣು ಮಿಟುಕಿಸುವುದೂ ಇದೆ. ಅಂಗೈಯನ್ನು ಗದ್ದಕ್ಕೆ ಕೊಟ್ಟು ತೋರು ಬೆರಳನ್ನು ಮೇಲ್ಮುಖವಾಗಿ, ಉಳಿದ ಬೆರಳುಗಳನ್ನು ಬಾಯಿಯ ಕೆಳಗೆ ಇರಿಸಿಕೊಂಡಿರುತ್ತಾನೆ. ಈ ಸಂಜ್ಞೆ ವಿಮರ್ಶಾತ್ಮಕ ಮೌಲ್ಯಮಾಪನದ ಚಿಹ್ನೆ. ಕೆಲವೊಮ್ಮೆ ಬೇರೆಯವರಿಗಿಂತ ದೇಹವನ್ನು ಸ್ವಲ್ಪ ಹಿಂದೆ ಸರಿಸುವುದೂ ಇದೆ (ಚಿತ್ರ 90).

ತಲೆ ಓಲಿಸುವುದು

ತುಂಬು ಆಸಕ್ತಿಯಿಂದ ಕೇಳುತ್ತಿರುವ ಸೂಚನೆ.

ಗದ್ದವನ್ನು ತಟ್ಟುವುದು

ಸಮಸ್ಯೆಯೊಂದನ್ನು ಬಗೆಹರಿಸಲು ತೀವ್ರ ಚಿಂತನೆ ಹಾಗೂ ಮೌಲ್ಯಮಾಪನ ನಡೆಸುತ್ತಿರುವ ಸೂಚನೆ. ನಿರ್ಧಾರವೊಂದಕ್ಕೆ ಬಂದ ಬಳಿಕ ವ್ಯಕ್ತಿ ಗದ್ದವನ್ನು ತಟ್ಟುವುದು ನಿಲ್ಲಿಸುತ್ತಾನೆ (ಚಿತ್ರ 91)

ಕನ್ನಡಕದ ಸಂಜ್ಞೆಗಳು

ಕನ್ನಡಕವನ್ನು ಮೂಗಿನ ತುದಿಗೆ ಜಾರಿಸಿ, ಕನ್ನಡಕದ ಮೇಲಿನಿಂದ ವ್ಯಕ್ತಿಯನ್ನು

ಚಿತ್ರ 90 – ವಿಮರ್ಶಾತ್ಮಕ ಮೌಲ್ಯಮಾಪನ ಭಂಗಿ.

ಚಿತ್ರ 91 – ಯಾವುದು ಸೂಕ್ತ ನಿರ್ಧಾರ?

ನೋಡುವುದು ಮೌಲ್ಯಮಾಪನದ ಸಂಜ್ಞೆ. ಇದು ಎದುರಿನ ವ್ಯಕ್ತಿಯಲ್ಲಿ ನಕಾರಾತ್ಮಕ ಆಲೋಚನೆ/ಪ್ರತಿಕ್ರಿಯೆ ಉಂಟುಮಾಡುತ್ತದೆ. ತನ್ನನ್ನು ತೀವ್ರವಾಗಿ ಪರೀಕ್ಷೆಗೊಳಪಡಿಸುತ್ತಿದ್ದು, ನನ್ನ ಬಗ್ಗೆ ಅಂಥ ಒಳ್ಳೆಯ ಅಭಿಪ್ರಾಯ ಇದ್ದಂತಿಲ್ಲ ಎಂಬ ಭಾವನೆ ಎದುರಿನ ವ್ಯಕ್ತಿಯಲ್ಲಿ ಉಂಟಾಗುತ್ತದೆ.

ಕನ್ನಡಕವನ್ನು ತೆಗೆದು, ಅಗತ್ಯವಿಲ್ಲದಿದ್ದರೂ ಅದನ್ನು ಸ್ವಚ್ಛಗೊಳಿಸುವುದು ಇನ್ನೊಂದು ಸಾಮಾನ್ಯ ಸಂಜ್ಞೆ. ಕನ್ನಡದ ಒಂದು ತೋಳನ್ನು ಬಾಯಿಯಲ್ಲಿ ಇಟ್ಟುಕೊಳ್ಳುವುದು ನಿರ್ಧಾರಕ್ಕೆ ಬರಲು ಇನ್ನಷ್ಟು ಕಾಲಾವಕಾಶ ಪಡೆದುಕೊಳ್ಳಲು ನಡೆಸುವ ಯತ್ನ. ಕೆಲವರು ಅಳು, ನಗುವ ಮುನ್ನ ಕನ್ನಡಕ ತೆಗೆದು ಮೇಜಿನ ಮೇಲೆ ಇರಿಸುವುದಿದೆ.

ಪೈಪ್ ಸೇದುವವರು ಅದನ್ನು ಶುಚಿಗೊಳಿಸುವ, ತಂಬಾಕು ತುಂಬುವ, ತುಂಬಿದ ಬಳಿಕ ಅದನ್ನು ತಟ್ಟುವ, ಬೆಂಕಿ ಹೊತ್ತಿಸಿ, ನಿಧಾನವಾಗಿ ಎಳೆಯುವುದನ್ನು ಮಾಡುತ್ತಾರೆ. ನಿರ್ಧಾರವನ್ನು ತೆಗೆದುಕೊಳ್ಳುವಾಗ ಕೆಲವರು ಕಣ್ಣು ಮುಚ್ಚಿಕೊಂಡು, ಮೂಗಿನ ಕಂಬವನ್ನು ಚಿವುಟಿಕೊಳ್ಳುವುದಿದೆ. ಗೊಂದಲವೊಂದರಲ್ಲಿ ಸಿಲುಕಿರುವ ವ್ಯಕ್ತಿ ತಲೆ ಬಗ್ಗಿಸಿ, ಹುಬ್ಬುಗಳು ಕೂಡುವ ಸ್ಥಳವನ್ನು ಚಿವುಟುವುದನ್ನು ಕಾಣಬಹುದು (ಚಿತ್ರ 92).

ಚಿತ್ರ 92 – ಸಂದಿಗ್ಧದಲ್ಲಿ ಸಿಲುಕಿರುವೆ. ಏನು ಮಾಡಲಿ?

ಸಂಶಯ–ಗೋಪ್ಯತೆ

ಸಂಶಯ, ಅನಿಶ್ಚಿತತೆ, ಗೋಪ್ಯತೆ ಮತ್ತು ಅಪನಂಬಿಕೆಯನ್ನು ಸೂಚಿಸುವ ಎಲ್ಲ ಸಂಜ್ಞೆಗಳೂ ನಕಾರಾತ್ಮಕವಾಗಿರುತ್ತವೆ. ಕಟ್ಟಿದ ಕೈ, ದೇಹವನ್ನು ಮತ್ತೊಬ್ಬರಿಂದ ದೂರ ಸರಿಸುವುದು, ಕಾಲಿನ ಮೇಲೆ ಕಾಲು ಇರಿಸಿಕೊಳ್ಳುವುದು, ಮುಂದಕ್ಕೆ ಬಾಗಿದ ತಲೆ–ಇವುಗಳಲ್ಲಿ ಕೆಲವು. ದೇಹವನ್ನು ಸ್ವಲ್ಪ ದೂರಕ್ಕೆ ಸರಿಸಿ, ಮೂಗನ್ನು ಸ್ಪರ್ಶಿಸುವುದು ಇಲ್ಲವೇ ಉಜ್ಜುವುದು, ಬಾಗಿಲಿನ ಕಡೆಗೆ ನೋಡುವುದು, ಕಣ್ಣನ್ನು ಉಜ್ಜುವುದು, ತೋರುಬೆರಳಿನಿಂದ ಕಿವಿಯ ಹಿಂಭಾಗವನ್ನು ಕೆರೆಯುವುದು ಕೂಡಾ ನಕಾರಾತ್ಮಕ ಸಂಜ್ಞೆಗಳೇ.

ಸಿದ್ಧತೆ

ಕೈಗಳನ್ನು ಸೊಂಟದ ಮೇಲೆ ಇರಿಸುವುದು ಸಿದ್ಧವಾಗಿರುವುದರ ಸೂಚನೆ. ಕುರ್ಚಿಯ ತುದಿಯಲ್ಲಿ ಕುಳಿತುಕೊಳ್ಳುವುದು, ಮೇಜಿನ ಎರಡೂ ತುದಿಯನ್ನು ಹಿಡಿಯುವುದು, ಕುರ್ಚಿಯ ತುದಿಯಲ್ಲಿ ಕುಳಿತು ಒಂದು ಕೈಯನ್ನು ಮೊಳಕಾಲಿನ ಮೇಲ್ಭಾಗದಲ್ಲಿ ಇರಿಸುವುದು ಕೂಡಾ 'ತಾನು ಸಿದ್ಧನಾಗಿದ್ದೇನೆ' ಎಂದು ಸೂಚಿಸುವ ಸಂಜ್ಞೆಗಳು.

ಆತ್ಮವಿಶ್ವಾಸ ತುಂಬುವಿಕೆ

ಕೈಗಳನ್ನು ಮುಷ್ಟಿಗಟ್ಟಿಕೊಂಡು ಹೆಬ್ಬೆರಳುಗಳನ್ನು ಉಜ್ಜುತ್ತಿರುವ ವ್ಯಕ್ತಿ ಆತ್ಮ

ವಿಶ್ವಾಸ ಕಳೆದುಕೊಂಡಿದ್ದಾನೆ ಎಂದಾಗುತ್ತದೆ. ಕೈಗಳನ್ನು–ಚರ್ಮವನ್ನು ಚಿವುಟಿ ಕೊಳ್ಳುವುದು, ಪೆನ್-ಪೆನ್ಸಿಲ್ ಅನ್ನು ಬಾಯಿಯೊಳಗೆ ಸಿಕ್ಕಿಸುವುದು ಇಲ್ಲವೇ ಪೇಪರ್ ಆಗಿಯುವುದು, ಕುರ್ಚಿ ಮೇಲೆ ಕುಳಿತುಕೊಳ್ಳುವ ಮುನ್ನ ಅದರ ಹಿಂಭಾಗ ವನ್ನು ಸ್ಪರ್ಶಿಸುವುದು ಇಲ್ಲವೇ ಗಂಟಲ ಬಳಿ ಕೈಯನ್ನು ತರುವ ವ್ಯಕ್ತಿಗೆ ಆತ್ಮವಿಶ್ವಾಸವನ್ನು ತುಂಬಬೇಕಾದ ಅಗತ್ಯವಿರುತ್ತದೆ.

ಕುತ್ತಿಗೆಯನ್ನು ಸ್ಪರ್ಶಿಸುವ ಸಂಜ್ಞೆ ಮಹಿಳೆಯರಲ್ಲಿ ಹೆಚ್ಚು. ನೆಕ್‌ಲೇಸ್ ಧರಿಸುವ ಮಹಿಳೆಯರು ಈ ಸಂಜ್ಞೆಯನ್ನು ಮರೆಮಾಚುತ್ತಾರೆ. ಇಕ್ಕಟ್ಟಿನಲ್ಲಿ ಸಿಲುಕಿ ರುವ ಮಹಿಳೆಯರು ತಮ್ಮನ್ನು ಚಿವುಟಿಕೊಳ್ಳುವುದಿದೆ. ಉಗುರು ಕಡಿಯುವುದು ಕೂಡಾ ಆತ್ಮವಿಶ್ವಾಸದ ಕೊರತೆಯ ಸೂಚನೆ.

ಸಹಕಾರ

ಕುರ್ಚಿಯ ತುದಿಯಲ್ಲಿ ಕುಳಿತುಕೊಳ್ಳುವುದು ಸಹಕರಿಸುವ ಸಂಜ್ಞೆ. ತಲೆಯನ್ನು ಓರೆ ಮಾಡುವುದು ಹಾಗೂ ಕೋಟಿನ ಬಟನ್ ತೆಗೆಯುವುದು, ಮುಖ–ಕೈ ಇಲ್ಲವೇ ತಲೆ–ಕೈ ಸಂಜ್ಞೆಗಳು ಸಹಕಾರದ ಸೂಚನೆಗಳು.

ಆಶಾಭಂಗ

ಟೋಪಿಯನ್ನು ತೆಗೆಯುವುದು, ತಲೆಕೂದಲಿನಲ್ಲಿ ಬೆರಳು ಆಡಿಸುವುದು, ಕುತ್ತಿಗೆಯ ಹಿಂಬದಿಯನ್ನು ತಿಕ್ಕುವುದು, ಇಲ್ಲದ ದೂಳನ್ನು ಒರೆಸುವುದು, ನಿಟ್ಟುಸಿರು ಬಿಡುತ್ತ ಸಣ್ಣದಾಗಿ ಉಸಿರು ಒಳಗೆಳೆದುಕೊಳ್ಳುವುದು, ಹಲ್ಲು ಕಚ್ಚಿಗೊಳಿಸಿಕೊಳ್ಳು ವುದು, ಬಿಗಿ ಹಿಡಿದ ಮುಷ್ಟಿ–ಇವೆಲ್ಲ ಆಶಾಭಂಗದ ಸಂಜ್ಞೆಗಳು. ಕೈಗಳನ್ನು ಹಿಚುಕಿಕೊಳ್ಳುವುದು ಬಿಗಿ ಮುಷ್ಟಿ ಸಂಜ್ಞೆಯ ಪರಿಷ್ಕೃತ ರೂಪ (ಚಿತ್ರ 93). ವಿಚಾರಣೆಗೊಳಪಟ್ಟ ವ್ಯಕ್ತಿ ಈ ಸಂಜ್ಞೆಯನ್ನು ಪ್ರದರ್ಶಿಸುತ್ತಾನೆ. ಸಿಟ್ಟಿಗೆದ್ದಾಗ ಇಲ್ಲವೇ ಶತ್ರು ಎದುರಾದಾಗ, ಕೆಲವರು ತಮ್ಮ ಮುಷ್ಟಿ ಬಿಗಿಗೊಳಿಸುತ್ತಾರೆ. ಕೆಲವರು ಮುಷ್ಟಿಯನ್ನು ಪ್ರದರ್ಶಿಸಿದರೆ, ಇನ್ನು ಕೆಲವರು ಮುಷ್ಟಿಯನ್ನು ಜೇಬಿನಲ್ಲಿ ತೂರಿಸುವ, ಬೆನ್ನ ಹಿಂದೆ ಅಡಗಿಸುವ ಇಲ್ಲವೇ ಕಂಕುಳಲ್ಲಿ ಇರಿಸುವುದಿದೆ. ಮುಷ್ಟಿ ಬಿಗಿಗೊಳಿಸುವುದು ಪುರುಷರು ಪ್ರದರ್ಶಿಸುವ ಸಂಜ್ಞೆ.

ಚಾರ್ಲ್ಸ್ ಡಾರ್ವಿನ್ ತಮ್ಮ 'ಎಕ್ಸ್‌ಪ್ರೆಶನ್ ಆಫ್ ಎಮೋಷನ್ ಇನ್ ಮ್ಯಾನ್ ಆ್ಯಂಡ್ ಎನಿಮಲ್'ನಲ್ಲಿ ಮುಷ್ಟಿ 'ದೃಢ ನಿರ್ಧಾರ, ಕೋಪ ಹಾಗೂ ಆಕ್ರಮಣ ಪ್ರವೃತ್ತಿಯ ಸೂಚನೆ' ಎನ್ನುತ್ತಾರೆ. ಆಲ್ಬರ್ಟ್ ಎಂ.ಬೇಕನ್ 'ಎ ಮ್ಯಾನ್ಯುಯಲ್ ಆಫ್ ಗೆಶ್ಚರ್ಸ್'ನಲ್ಲಿ 'ಮುಷ್ಟಿ ದೃಢ ನಿರ್ಧಾರ, ಸ್ಪಷ್ಟತೆಯ ಸಂಜ್ಞೆ' ಎನ್ನುತ್ತಾರೆ. ಕೆಲವರು ತೋರುಬೆರಳನ್ನು ಪ್ರದರ್ಶಿಸುತ್ತ ಎಚ್ಚರಿಕೆ ನೀಡುವುದಿದೆ. ಇದರಿಂದ ಎದುರಿದ್ದವನಿಗೆ ಕಿರಿಕಿರಿಯ ಸಾಧ್ಯತೆ ಇದೆ. ಕುತ್ತಿಗೆಯಹಿಂದೆ ಅಂಗೈಯನ್ನು

ಚಿತ್ರ 93–ಏನಾಗಿ ಹೋಯಿತು? ಇದನ್ನು ನಿರೀಕ್ಷಿಸಿರಲಿಲ್ಲ.

ಹಾಕುವುದು ಭಾವನಾತ್ಮಕ ಸಂಜ್ಞೆ. ಮಹಿಳೆಯರು ಕೂದಲನ್ನು ಒಪ್ಪಗೊಳಿಸುವಂತೆ ಮಾಡುವ ಮೂಲಕ ಈ ಸಂಜ್ಞೆಯನ್ನು ಮರೆಮಾಚುತ್ತಾರೆ. ಕಾಲರ್‌ನ್ನು ಎತ್ತುವುದು ಇದರ ಇನ್ನೊಂದು ರೂಪ.

ಸ್ವಯಂ ನಿಯಂತ್ರಣ

ನಾವು ಸಿಟ್ಟಿಗೆದ್ದಾಗ ಇಲ್ಲವೇ ಒತ್ತಡದಲ್ಲಿದ್ದಾಗ, ಅದನ್ನು ನಿಯಂತ್ರಿಸಲು ಕೆಲ ಸಂಜ್ಞೆಗಳನ್ನು ಬಳಸುತ್ತೇವೆ. ಕೈಯನ್ನು ಹಿಂದೆ ಸರಿಸಿ, ಇನ್ನೊಂದು ಕೈಯಿಂದ ಹಸ್ತ ಇಲ್ಲವೇ ತೋಳನ್ನು ಬಿಗಿಯಾಗಿ ಹಿಡಿಯುವುದು ಸ್ವಯಂನಿಯಂತ್ರಣ ಸಂಜ್ಞೆಗಳಲ್ಲೊಂದು (ಚಿತ್ರ 94). ಮಂಡಿಯನ್ನು ಒಂದರ ಮೇಲೆ ಹಾಕಿಕೊಂಡು, ಕೈಗಳನ್ನು ಬಿಗಿಯಾಗಿ ಹಿಡಿದುಕೊಳ್ಳುವ ಮೂಲಕ ತಮ್ಮ ಭಾವನೆಗಳನ್ನು ನಿಯಂತ್ರಿಸುವವರಿದ್ದಾರೆ. ಸ್ತ್ರೀಯರು ಅಸೌಕರ್ಯ ಅನುಭವಿಸಿದಾಗ, ತಮ್ಮ ಮಂಡಿಗಳನ್ನು ಒಂದರ ಮೇಲೆ ಒಂದನ್ನು ಹಾಕಿಕೊಳ್ಳುತ್ತಾರೆ (ಚಿತ್ರ 95). ಪುರುಷರು ಮಂಡಿಗಳನ್ನು ಕತ್ತರಿ ಹಾಕಿಕೊಳ್ಳುವುದು, ಮುಷ್ಟಿ ಹಿಡಿಯುವುದು ಇಲ್ಲವೇ ಕುಳಿತ ಕುರ್ಚಿಯ ಪಟ್ಟಿಯನ್ನು ಹಿಡಿದುಕೊಳ್ಳುತ್ತಾರೆ.

ಸಿಟ್ಟಿಗೆದ್ದ, ತನ್ನ ಭಾವನೆಗಳನ್ನು ಸರಿಯಾಗಿ ಅಭಿವ್ಯಕ್ತಿಸಲು ಸಾಧ್ಯವಾಗದ ವ್ಯಕ್ತಿ ತಲೆ ಇಲ್ಲವೇ ಕುತ್ತಿಗೆಯ ಹಿಂಭಾಗ ಕೆರೆದುಕೊಳ್ಳುವುದಿದೆ.

ಚಿತ್ರ 94– ಸ್ವಯಂ ನಿಯಂತ್ರಣ

ಅಧೈರ್ಯ

ಈ ನಕಾರಾತ್ಮಕ ಮನಸ್ಥಿತಿಯನ್ನು ವ್ಯಕ್ತಿಯ ಮುಖ ನೋಡುವ ಮೂಲಕ ಗ್ರಹಿಸಬಹುದು. ಮುಖಭಾವವಲ್ಲದೆ, ಕೆಲವು ಸಂಜ್ಞೆಗಳು–ಸೂಚನೆಗಳು ವ್ಯಕ್ತಿಯ

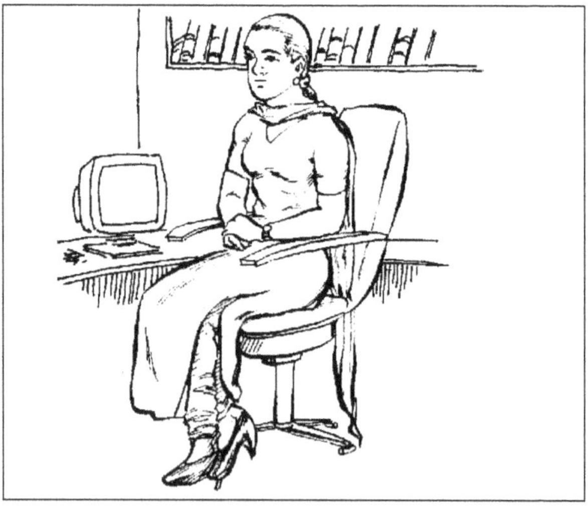

ಚಿತ್ರ 95 – ನಾನು ಕಂಫರ್ಟಬಲ್ ಆಗಿಲ್ಲ, ಕಿರಿಕಿರಿ ಆಗುತ್ತಿದೆ.

ಮನಸ್ಥಿತಿಯನ್ನು ಹೊರಹಾಕುತ್ತವೆ. ಇಂಥ ವ್ಯಕ್ತಿ ಸಂಭಾಷಣೆಯಲ್ಲಿ ಪಾಲ್ಗೊಂಡಾಗ, ಕೈ–ಕಾಲುಗಳನ್ನು ಜೋಡಿಸಿ ಕುಳಿತುಕೊಳ್ಳುತ್ತಾನೆ, ತನ್ನ ದೇಹವನ್ನು ಬಾಗಿಲಿನೆಡೆಗೆ ತಿರುಗಿಸಿಕೊಂಡಿರುತ್ತಾನೆ. ಹುಸಿ ಕೆಮ್ಮು ಮೂಲಕ ಗಂಟಲು ಸರಿಪಡಿಸಿಕೊಳ್ಳುವುದು, ಶೀಟಿ ಹೊಡೆಯುವುದು, ಇಲ್ಲವೆ ಸಿಗರೆಟ್ ಹೊತ್ತಿಸಿಕೊಳ್ಳುತ್ತಾರೆ. ಸಿಗರೆಟ್ ಹೊಗೆಯನ್ನು ಸಾಮಾನ್ಯವಾಗಿ ಕೆಳಮುಖವಾಗಿ ಬಿಡುತ್ತಾರೆ. ಸ್ವಲ್ಪ ಕಾಲದಲ್ಲೇ ಹಲವು ಸಿಗರೆಟ್ ಸೇದುತ್ತಾರೆ. ಕುರ್ಚಿಯಲ್ಲಿ ಅತ್ತಿತ್ತ ಸರಿದಾಡುತ್ತಾರೆ. ಮಾತನ್ನಾಡುವಾಗ ಬಾಯಿಯನ್ನು ಕೈಯಿಂದ ಮುಚ್ಚಿಕೊಳ್ಳುವುದಿದೆ (ಚಿತ್ರ 96). ತಮ್ಮ ಮಾತು ಬೇರೆಯವರಿಗೆ ಕೇಳಿಸಬಾರದು ಎಂದು ಬಾಯಿ ಮುಚ್ಚಿಕೊಳ್ಳುವುದೂ ಇದೆ. ನಿರ್ಧಾರ ತೆಗೆದುಕೊಳ್ಳಬೇಕಾದಾಗ, ಪ್ಯಾಂಟ್ ಮೇಲೆ ಎಳೆದುಕೊಳ್ಳುತ್ತಾರೆ. ಹಣಕಾಸಿನ ಬಗ್ಗೆ ಚಿಂತಿತರಾದಾಗ, ಜೇಬಿನಲ್ಲಿನ ಹಣವನ್ನು ಸ್ಪರ್ಶಿಸುವುದೂ ಇದೆ.

ಆತ್ಮವಿಶ್ವಾಸ

ಗಂಭೀರವಾದ ಹಾಗೂ ದೃಢ ನಿಲುವು ಆತ್ಮವಿಶ್ವಾಸದ ಪ್ರತೀಕ. ಇದು ಆರೋಗ್ಯಕ್ಕೆ ಒಳ್ಳೆಯದು ಹಾಗೂ ಸ್ವಯಂ ನಿಯಂತ್ರಣದ ಸೂಚಕ. ಭುಜ ಮೇಲೆತ್ತಿ ಬೆನ್ನು ನೆಟ್ಟಗೆ ಮಾಡಿಕೊಳ್ಳಿ ಎಂದು ಹೇಳುವುದು ಇದೇ ಕಾರಣದಿಂದ. ತಮ್ಮ ಸಹಚರರನ್ನು ದೀರ್ಘಕಾಲ ನೇರ ದೃಷ್ಟಿಯಿಂದ ನೋಡುತ್ತಾರೆ. ಮಾತನ್ನಾಡು ವಾಗ ಕಣ್ಣು ಮಿಟುಕಿಸುವುದು ಕಡಿಮೆ. ಕೈಗಳನ್ನು ಬೆನ್ನ ಹಿಂದೆ ಕಟ್ಟಿಕೊಳ್ಳುವುದು, ಗದ್ದ

ಚಿತ್ರ 96 – ನಕಾರಾತ್ಮಕ ಮನಸ್ಥಿತಿ

ಚಿತ್ರ 97 – ಆತ್ಮವಿಶ್ವಾಸವುಳ್ಳ ಮಹಿಳೆ.

ಮೇಲೆತ್ತಿಕೊಂಡಿರುವುದು, ದೃಢವಾಗಿ ಎದೆಯುಬ್ಬಿಸಿ ನಡೆಯುವುದು, ಎರಡೂ ಕೈ ತಲೆ ಹಿಂದೆ ಇರಿಸಿ ಹಿಂಬಾಗುವುದು–ಮತ್ತಿತರ ಸಂಜ್ಞೆಗ್ಗಳು ಆತ್ಮ ವಿಶ್ವಾಸದ ಪ್ರತೀಕ.

ಆತ್ಮವಿಶ್ವಾಸಿ ಮಹಿಳೆಯರು ಕೈಯನ್ನು ತೊಡೆಮೇಲೆ ಇಟ್ಟು ಇಲ್ಲವೇ ಬೆರಳುಗಳನ್ನು ಜೋಡಿಸಿಕೊಂಡು ಸೊಂಟಪಟ್ಟಿಗಿಂತ ಸ್ವಲ್ಪ ಎತ್ತರದಲ್ಲಿ ಇಟ್ಟುಕೊಂಡಿರುತ್ತಾರೆ (ಚಿತ್ರ 97).

ತಲೆ ಹಿಂಬಾಗಿಸಿ, ಉದ್ದ ಬೆನ್ನಿನ ರಾಕಿಂಗ್ ಕುರ್ಚಿಯಲ್ಲಿ ಹಿಂದೆ ಮುಂದೆ ಆಡುತ್ತ ಕುಳಿತುಕೊಳ್ಳುವುದು ಪುರುಷತ್ವದ ಪ್ರದರ್ಶನ. ಅಸಭ್ಯ ಎಂಬಂತೆ ಕಾಣಿಸುವುದರಿಂದ ಮಹಿಳೆಯರು ಈ ಭಂಗಿ ಪ್ರದರ್ಶಿಸುವುದಿಲ್ಲ. ಒಂದೊಮ್ಮೆ ಕೈಗಳನ್ನು ಕುರ್ಚಿಯ ಹಿಂಭಾಗಕ್ಕಿಂತ ಹೆಚ್ಚು ಎತ್ತರದಲ್ಲಿ ಮುಷ್ಟಿ ಹಿಡಿದರೆ, ಅದು ದೌರ್ಬಲ್ಯದ ಸಂಕೇತ ಎಂದಾಗಲಿದೆ.

ಕುರ್ಚಿಯ ಕೈಪಟ್ಟಿಯ ಮೇಲೆ ಒಂದು ಕಾಲು ಇರಿಸುವುದು, ಡೆಸ್ಕ್‌ನ ಡ್ರಾಯರ್‌ನಲ್ಲಿ ಪಾದ ಇರಿಸುವುದು, ಕುರ್ಚಿ–ಮೇಜಿನ ಮೇಲೆ ಕಾಲು ಇರಿಸುವುದು–ಇವೆಲ್ಲ ಇದು ತನ್ನ ಅಧಿಕಾರ ಪ್ರದೇಶ ಎಂದು ತೋರಿಸುವ ಸಂಜ್ಞೆಗ್ಗಳು. ವಾಹನದ ಮೇಲೆ ಒರಗಿಕೊಳ್ಳುವುದು, ತನ್ನ ಕೈಯನ್ನು ಇನ್ನೊಬ್ಬನ ಸೊಂಟದ ಮೇಲೆ ಇರಿಸುವುದು. ಇಲ್ಲವೇ ಕೈಕೈ ಹಿಡಿದು ನಡೆಯುವುದು ಮಾಲೀಕತ್ವ ಇಲ್ಲವೇ ಸಹಚರ್ಯದ ಸೂಚನೆ. ಕುರ್ಚಿಯಲ್ಲಿ ಕುಳಿತು ಬೇರೆಯವರು ನಿಂತಿರುವಂತೆ

ಮಾಡುವುದು ತಾನು ಉಳಿದವರಿಗಿಂತ ಹೆಚ್ಚು ಎಂದು ತೋರಿಸಿಕೊಳ್ಳುವ ರೀತಿ. ಶಾಲೆಯ ಪ್ರಿನ್ಸಿಪಾಲ್ ಇದನ್ನು ಮಾಡುವುದಿದೆ. ಸಿಗಾರ್ ಸೇದುವಿಕೆ ಶ್ರೇಷ್ಠತೆಯ ಸೂಚನೆ ಎನ್ನಲಾಗುತ್ತದೆ. ಸಿಗಾರ್ ಸೇದುವವರು ಸಾಮಾನ್ಯವಾಗಿ ಹೊಗೆಯನ್ನು ಕತ್ತೆತ್ತಿ ಆಕಾಶಕ್ಕೆ ಬಿಡುತ್ತಾರೆ. ರುಚಿಕಟ್ಟಾದ ಊಟದ ಬಳಿಕ ಲೊಟ್ಟೆ ಹೊಡೆಯುವುದು 'ತಾನು ತೃಪ್ತಿ ಹೊಂದಿದೆ' ಎನ್ನುವುದರ ಸೂಚನೆ.

ತಲೆ ಹಿಂದೆ ಕೈ ಇರಿಸಿ, ಹಿಂಬಾಗುವುದು ಅಮೆರಿಕನ್ನರು ಬಳಸುವ ಸಂಜ್ಞೆ. ಇದರಿಂದ ವ್ಯಕ್ತಿಗೆ ನಿರ್ದಿಷ್ಟ ವಿಷಯದ ಬಗ್ಗೆ ವಿಶ್ಲೇಷಣೆ ನಡೆಸಲು ಹೆಚ್ಚು ಗಮನ ನೀಡಲು ಸಾಧ್ಯವಾಗುತ್ತದೆ.

❑

School Atlas

Government Approves All the Indian Maps included in School Atlas Published by V&S Publishers

All the maps published in this School Atlas with regard to India's territorial and coastal boundaries have been certified by the Survey of India (Department of Science & Technology) in 2016 as well as the Ministry of Defence of the Government of India. This is a guarantee of accuracy.

Important features:

1. Demographic and socio-economic data of India drawn from reliable sources such as Census of India 2011, Statistical Year Book India 2014 and information about the world from authoritative published sources.
2. Separate political and physical maps of India, major countries, continents and polar regions.
3. Thematic maps on Indian agriculture, food & cash crops, climate, rain, temperature, pressure & winds, metals & non-metals, mining, fuel, industries, transport etc.
4. Important information on Universe, Solar System, Earth, Map & map reading.

World Atlas

This atlas contains clear and easy to understand physical and political maps of India, continents, regions and important countries of the world supported by diagrams and charts. The atlas carries extensive coverage of thematic issues such as industry, mineral, agriculture, natural vegetation, climate, power, rail, road, air & sea routes, tourism, heritage, temperature & pressure, environments, whether, human development, metal & non metal, and other important information.

All books available at www.vspublishers.com

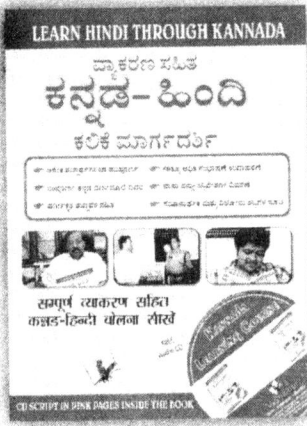

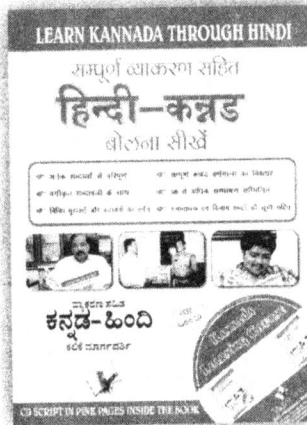

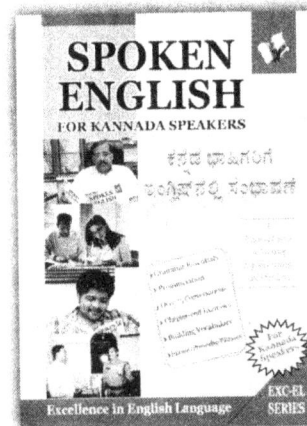

KANNADA LANGUAGE
(कन्नड भाषा)

ಮಧ್ಯಯುಗದ ಇತಿಹಾಸದಲ್ಲಿ ವಿಜಯನಗರ ಸಾಮ್ರಾಜ್ಯದ ಆಳ್ವಿಕೆಯನ್ನು ಸುವರ್ಣಾಕ್ಷರಗಳಲ್ಲಿ ಬರೆದಿಡುವ ಸಂಗತಿ ಎಂದು ಇತಿಹಾಸಕಾರರು ಗುರುತಿಸುತ್ತಾರೆ. ತುಳುವಂಶದ ಶ್ರೀಕೃಷ್ಣದೇವರಾಯನ (1509-1529) ಆಡಳಿತವಂತೂ ಹಲವು ಪ್ರಥಮಗಳನ್ನು ಸಾಧಿಸಿದ ಅವಧಿ ಎಂದೇ ಗುರುತಿಸಲಾಗುತ್ತದೆ. ಭುವನ ವಿಜಯವೆಂಬ ಆತನ ಒಡ್ಡೋಲಗದಲ್ಲಿ ಅಷ್ಟದಿಗ್ಗಜಗಳೆಂದು ಖ್ಯಾತರಾದ ವಿದ್ವಾಂಸರು ಇದ್ದುದೇ ಒಂದು ವಿಸ್ಮಯ.. ಕೃಷ್ಣದೇವರಾಯನ ಆಸ್ಥಾನ ಕವಿ, ಪಂಡಿತನಾಗಿದ್ದ ತೆನಾಲಿ ರಾಮಕೃಷ್ಣನಂತೂ ತನ್ನ ಸದ್ವಿವೇಕ, ಪಾಂಡಿತ್ಯದೊಂದಿಗೆ ಬೆರೆತಿದ್ದ ವಿನೋದ ಮತ್ತು ಮಾನವೀಯತೆಯ ಮೂಲಕ ಸಾಮ್ರಾಜ್ಞನ ತಿಳುವಳಿಕೆಯನ್ನು ಬೆಳಗಿದವನು. ಆತನ ಜಾಣ್ಮೆ, ಹಾಸ್ಯಪ್ರಜ್ಞೆ ಮತ್ತು ಅಂತಃಕರಣಗಳನ್ನು ಸಾರುವ ಸಂಗತಿಗಳು ಶತಮಾನಗಳಿಂದ ದೃಷ್ಟಾಂತ ಕಥೆ, ವಿನೋದ ಪ್ರಸಂಗಗಳ ಮೂಲಕ ಜನಪದರ ನಾಲಗೆಯಲ್ಲಿನಲಿಯುತ್ತಬಂದಿವೆ.

ಜೀವನವೆಂಬುದು ಏಳು -ಬೀಳಿನ ಹಾದಿ. ಗೆದ್ದಾಗ ಖುಷಿ ಪಡುತ್ತೇವೆ, ಸೋತಾಗ ದುಃಖಿಸುತೇವೆ. ಹಲವು ಅಡೆತಡೆಗಳಿಂದಾಗಿ ಜೀವನ ಕಷ್ಟ ಎನಿಸಿದಾಗ ಕೈ ಹಿಡಿದು ನಡೆಸುವುದು, ಅವನ್ನೆಲ್ಲ ಎದುರಿಸಿ ವಿಜಯಶಾಲಿಯಾಗುವುದು ಹೇಗೆ ಎಂಬುದನ್ನು ತಿಳಿಸಿಕೊಡುವುದು ಈ ಪುಸ್ತಕದ ಉದ್ದೇಶ.

'ಪ್ರತಿದಿನವೂ ಹೊಸ ಆರಂಭ. ಅದನ್ನು ಆಶಾಭಾವನೆಯಿಂದ ಹಾಗೂ ಉತ್ಸಾಹದಿಂದ ಎದುರುಗೊಳ್ಳಬೇಕು. ನೆನ್ನೆ ಎಂಬುದು ಭೂತಕಾಲ'. ಪರಿಸ್ಥಿತಿ ಎಷ್ಟೇ ಹದಗೆಟ್ಟಿರಲಿ, ಸೂಕ್ತ ಕಾರ್ಯ ಚಿಂತನೆ ಮೂಲಕ ಅದನ್ನು ಸರಿಪಡಿಸಬಹುದು.

ನೀವು ವೃತ್ತಿಯಲ್ಲಿ ಉನ್ನತ ಸ್ಥಾನ ತಲುಪಬೇಕೆಂದುಕೊಂಡಿದ್ದರೆ, ಮಾಡುವ ಕೆಲಸವನ್ನು ಇಷ್ಟಪಡಬೇಕು. ಶ್ರೇಷ್ಠತೆ ನಿಮ್ಮ ಗುರಿಯಾಗಿದ್ದರೆ, ಟೀಕೆಯನ್ನು ಆರೋಗ್ಯಕರ ಮನಸ್ಥಿತಿಯಿಂದ ನಿಭಾಯಿಸಬೇಕು. ಸೋಲನ್ನು ಹೆದರಿಸಿ ಓಡಿಸಬೇಕೆಂದಿದ್ದರೆ, ಶಾಂತ ಮನಸ್ಥಿತಿಯನ್ನು ಕಾಪಾಡಿಕೊಳ್ಳಬೇಕು. ನಿಮಗೆ ಸಂತಸಕರ ವೈವಾಹಿಕ ಜೀವನ ಬೇಕಿದ್ದರೆ, ಸಂಗಾತಿಯನ್ನು ಗೌರವಿಸಬೇಕು.

ಯಶಸ್ಸು ಮತ್ತು ವಿಫಲತೆಗಳು ಸಂಪೂರ್ಣವಾಗಿ ನಮ್ಮ ದೃಷ್ಟಿಕೋನವನ್ನೇ ಅವಲಂಬಿಸಿವೆ. ಬದುಕಿನಲ್ಲಿ ದೊರಕಿರುವುದು ಬೊಗಸೆ ತುಂಬ ಹೂವೋ, ಮಣ್ಣೋ ಎಂಬುದನ್ನು ಅಳೆಯುವುದು ನಮ್ಮ ನೋಟವೇ. ನಮ್ಮ ನೋಟ ಋಜುವಾಗಿದ್ದರೆ ಸಮಸ್ಯೆಯೊಳಗೇ, ಅನಂತ ಸಾಧ್ಯತೆಗಳನ್ನೂ ಕಾಣಬಲ್ಲೆವು!

ನಿಮ್ಮ ದೃಷ್ಟಿಕೋನ ಋಜುವಾಗಿದ್ದು, ಸರಿಯಾದ ದಾರಿಯನ್ನು ನೀವು ಆಯ್ದುಕೊಂಡಿದ್ದರೆ, ವೈಫಲ್ಯಗಳನ್ನು ಹೇಗೆ ಸಾಫಲ್ಯಗಳಾಗಿ ರೂಪಾಂತರಿಸಬಹುದು ಎಂಬುದನ್ನು ಈ ಪುಸ್ತಕವು ಬಿಡಿಸಿ ಇಡುತ್ತದೆ. ಮಾತ್ರವಲ್ಲ,

www.ingramcontent.com/pod-product-compliance
Lightning Source LLC
LaVergne TN
LVHW051251080426
835513LV00016B/1858
9789350570951